ഒരിക്കൽ മനുഷ്യരായിരുന്ന
ജന്തുക്കൾ

orikkal manushyarayirunna jandukkal
•
original title
creatures that once were men
•
maxim gorky
•
translation
p sarathchandran
•
first edition
november 2015
•
published
chintha publishers, thiruvananthapuram
•
typesetting
star communications, thiruvananthapuram
•
printed
akshara offset, thiruvananthapuram
•
cover
midas
•

വിതരണം

ദേശാഭിമാനി ബുക്ക് ഹൗസ്

H O തിരുവനന്തപുരം–695 035
phone: 0471-2303026, 6063026
www.chinthapublishers.com
chinthapublishers@gmail.com

ബ്രാഞ്ചുകൾ

ഹെഡ്ഡാഫീസ് ബ്രാഞ്ച് കുന്നുകുഴി • സ്റ്റാച്യു തിരുവനന്തപുരം • കെ എസ് ആർ ടി സി ബസ് സ്റ്റേഷൻ ആലപ്പുഴ • കെ എസ് ആർ ടി സി ബസ് സ്റ്റേഷൻ എറണാകുളം • മച്ചിങ്ങൽ ലെയിൻ തൃശൂർ • ഐ ജി റോഡ് കോഴിക്കോട് • മാവൂർ റോഡ് കോഴിക്കോട് • എൻ ജി ഒ യൂണിയൻ ബിൽഡിങ് കണ്ണൂർ • സെൻട്രൽ ബസ് ടെർമിനൽ കോംപ്ലക്സ് താവക്കര കണ്ണൂർ

CO - 2275 / 3761

ഒരിക്കൽ മനുഷ്യരായിരുന്ന ജന്തുക്കൾ

മാക്സിം ഗോർക്കി

പരിഭാഷ

പി ശരത് ചന്ദ്രൻ

ചിന്ത പബ്ലിഷേഴ്സ്
തിരുവനന്തപുരം-695 035

മാക്സിം ഗോർക്കി (1868–1936)

വിഖ്യാത റഷ്യൻ/സോവിയറ്റ് എഴുത്തുകാരൻ.

സോഷ്യലിസ്റ്റ് റിയലിസത്തിന്റെയും പ്രോഗ്രസീവ് ലിറ്ററേച്ചറിന്റെയും വക്താവ്. മാക്സിം ഗോർക്കി എന്നത് തൂലികാനാമമാണ്. യഥാർത്ഥ പേര് അലക്സി മാക്സിമോവിച്ച് പെഷ്കോവ്. 10-ാം വയസ്സിൽ അനാഥനായി ത്തീർന്നു. 1880 ൽ 12-ാം വയസ്സിൽ അദ്ദേഹം വീടുപേക്ഷിച്ച് അമ്മൂ മ്മയെത്തേടി യാത്രയായി. അമ്മൂമ്മ കഥ പറയാൻ വളരെ സമർത്ഥയാ യിരുന്നു. കഥകളോടുള്ള ഇഷ്ടം ഇവിടെനിന്ന് ആരംഭിക്കുന്നു. അവരുടെ മരണം അദ്ദേഹത്തെ വളരെയധികം വേദനിപ്പിച്ചു. ദുഃഖം താങ്ങാനാ വാതെ 1887 ഡിസംബറിൽ ഒരു ആത്മഹത്യാശ്രമം നടത്തി. പിന്നെ അഞ്ചു വർഷം യാത്രയുടെ കാലമായിരുന്നു. റഷ്യൻ സാമ്രാജ്യം മുഴു വൻ ചുറ്റിനടന്ന് കണ്ടു. പത്രപ്രവർത്തനം ആയിരുന്നു ജോലി. ഗോർക്കി യുടെ ആദ്യപുസ്തകം *(Essays and stories)* 1898 ൽ പുറത്തിറങ്ങി. കല സമൂഹത്തിനും മൂല്യങ്ങൾക്കും രാഷ്ട്രീയത്തിനും വേണ്ടിയാണെന്ന് അദ്ദേഹം ശക്തിയായി വിശ്വസിച്ചു. 1934 ൽ തന്റെ പ്രിയപുത്രനായ മാക്സിം പെഷ്കോവിന്റെ മരണം ഗോർക്കിയെ പൂർണ്ണമായി തളർത്തി. 1936 ജൂണിൽ അദ്ദേഹവും ലോകത്തോട് വിടവാങ്ങി.

പി ശരത്ചന്ദ്രൻ

ആലപ്പുഴ ജില്ലയിൽ മുതുകുളത്ത് 1949 ൽ ജനിച്ചു. അച്ഛൻ: മഹാകവി അഴകത്ത് പത്മനാഭക്കുറുപ്പിന്റെ ചെറുമകൻ പരമേശ്വരനുണ്ണിത്താൻ. അമ്മ: പ്രശസ്ത സാഹിത്യകാരനും ചലച്ചിത്രകാരനുമായ പി പത്മരാ ജന്റെ സഹോദരി പത്മിനി അമ്മ.

എഞ്ചിനീയറിങ്ങിൽ ഡിഗ്രി.

ആനുകാലികങ്ങളിൽ ചെറുകഥകൾ പ്രസിദ്ധീകരിച്ചിട്ടുണ്ട്. *ഫിനി ക്സിന്റെ ഇതിഹാസം* (വിയറ്റ്നാമിൽ നിന്നുള്ള കഥകൾ), *ബൊക്കാ ഷ്യോ കഥകൾ, ടാഗോർ കഥകൾ, സ്പാനിഷ് ക്ലാസിക് കഥകൾ, ഒളി ത്താവളത്തിലെ കുറിപ്പുകൾ* (ദസ്തയേവ്സ്കിയുടെ നോവൽ), *പാവ ങ്ങൾ* (വിക്ടർ ഹ്യൂഗോ) എന്നീ പരിഭാഷകൾ പ്രസിദ്ധീകരിച്ചിട്ടുണ്ട്.

ടാഗോർ കഥകൾ 2009 ലും 2010 ലും സ്കൂൾവായനോത്സവത്തിൽ വായനയ്ക്കുവേണ്ടി തെരഞ്ഞെടുക്കപ്പെട്ടു.

ഭാര്യ   :   ശിവലത
മകൻ   :   ഉണ്ണികൃഷ്ണൻ
വിലാസം :   ടി സി 29/1065, അംബാ ഗാർഡൻസ്,
                       പാൽക്കുളങ്ങര, തിരുവനന്തപുരം.
                       ഫോൺ: 9947070782

പ്രസാധകക്കുറിപ്പ്

വിഖ്യാതനായ മാക്സിം ഗോർക്കിയുടെ അന്യാദൃശമായ ഒരു രചന യാണ് *ഒരിക്കൽ മനുഷ്യരായിരുന്ന ജന്തുക്കൾ.* ചെലവു കുറഞ്ഞ ഒരു വാടക വീട്ടിലെ, അന്തേവാസികളാണ് ഈ നോവലിലെ കഥാപാത്രങ്ങൾ. മനുഷ്യർ പല തരക്കാരാണ്. അവർ കാലത്തിലും ദേശത്തിലും വ്യത്യ സ്തരാണ്. നോവലിന്റെ അവസാനം ഒരു ജേതാവിന്റെ മന്ദസ്മിതത്തോടെ വാടകവീട്ടിലേക്കു കടന്നുചെല്ലുന്ന പെറ്റുനിക്കോവ് വടിയും സഞ്ചിയു മേന്തി വാതില്ക്കൽ നില്ക്കുന്ന വൃദ്ധനെ കണ്ട് ഞെട്ടിവിറയ്ക്കുന്നു. അയാളാരാണ്, എവിടെ നിന്നു വരുന്നു? ഈയന്വേഷണത്തിന് വൃദ്ധൻ നല്കുന്ന മറുപടി "ഒരു മനുഷ്യൻ" എന്നാണ്. ഇങ്ങനെയും മനുഷ്യ രുണ്ടോ? മനുഷ്യർ പലതരക്കാരാണ്... നമ്മേക്കാൾ മോശമായവർ, അതിലും മോശമായവർ ഉണ്ട് ഈ ലോകത്ത്. അത് ദൈവേച്ഛയാണെന്ന് സമാധാനിക്കുന്നവരുണ്ട്. ആ അവസ്ഥ മാറ്റിത്തീർക്കാൻ പൊരുതുന്നവ രുടെ പക്ഷത്തായിരുന്നു മാക്സിം ഗോർക്കി.

മനുഷ്യന്റെ ഈ വൈവിദ്ധ്യമാണ് *ഒരിക്കൽ മനുഷ്യരായിരുന്ന ജന്തു ക്കളിൽ* ആവിഷ്കരിക്കപ്പെടുന്നത്. മനുഷ്യവംശത്തിന്റെ പതനത്തെപ്പറ്റി യുള്ള ഗരിമയാർന്ന ഈ കൃതി ചിന്ത വായനക്കാർക്കായി സമർപ്പിക്കുന്നു.

ചിന്ത പബ്ലിഷേഴ്സ്

ആമുഖം
ജി കെ ചെസ്റ്റെർട്ടൺ

ആധുനിക മതത്തിന്റെ നാദങ്ങൾ പലതും വളരെ ലാളിത്യമുള്ള നാടുകളിൽ നിന്നാണ് വന്നതെന്ന വസ്തുത തികച്ചും രസകരമാണ്. ആ നാടുകളെ അപരിഷ്കൃതമെന്നുപോലും വിളിക്കാവുന്നതാണ്. നോർവ്വേ യെപ്പോലുള്ളൊരു രാജ്യത്തിന് മഹത്തായ ഒരു യഥാതഥ നാടകപാര മ്പര്യമുണ്ട്; എന്നാൽ ആ രാജ്യത്തിന് ക്ലാസിക്കൽ നാടകത്തിന്റെയോ കാല്പനികനാടകത്തിന്റെയോ പാരമ്പര്യമില്ല. റഷ്യയെപ്പോലുള്ളൊരു രാജ്യത്തിനാവട്ടെ പ്രാചീന കഥാസാഹിത്യത്തിന്റെ പാരമ്പര്യമില്ലെങ്കിലും ആധുനികകഥാസാഹിത്യത്തിൽ ശ്രദ്ധേയമായ സ്ഥാനമുണ്ട്. അവിടെ ഗിസ്സിങ്ങിന് സമന്മാരായ ആധുനിക കഥാകൃത്തുക്കളുണ്ട്, എന്നാൽ സ്കോട്ടിന് സമശീർഷരായ ആരുമില്ല. വളരെ വ്യാകുലവും ശാസ്ത്രപ രവുമായ, വളരെ മ്ലാനവും അപഗ്രഥനപരവുമായ തികച്ചും ആധുനിക മെന്ന് വിളിക്കാവുന്ന, വിഷണ്ണമെന്ന് തികച്ചും യുക്തിസഹമായി വിശേ ഷിപ്പിക്കാവുന്ന, എല്ലാ കാര്യങ്ങളും തികച്ചും നൂതനവും അശിക്ഷിതവും അക്ഷീണവുമായ ഈ ദേശരാഷ്ട്രങ്ങളിൽനിന്ന് വന്നെത്തുന്നുണ്ട്. ഈ ശൈശവ ജനതകളിൽ നിന്നാണ് ഭൂമിയുടെ ഏറ്റവും പഴക്കമേറിയ നാദ ങ്ങൾ വരുന്നത്. മറ്റു പലതുമെന്നപോലെ ഈ വൈരുദ്ധ്യവും ഒരു കേവ ലസത്യമായി നാം ആദ്യം തന്നെ അംഗീകരിക്കേണ്ടതുണ്ട്. കാര്യങ്ങൾ എന്തുകൊണ്ട് പരസ്പരവിരുദ്ധമായിരിക്കുന്നുവെന്ന് വിശദീകരിക്കുന്ന തിനുമുമ്പ്, അങ്ങനെ സംഭവിക്കുന്നുണ്ടെന്ന് നാം തുടക്കത്തിൽ തന്നെ അംഗീകരിക്കണം. എങ്കിൽ മാത്രമേ നാം സത്യസന്ധരും നല്ല വിമർശ കരും ആയിത്തീരുകയുള്ളൂ. എനിക്കു തോന്നുന്നത്, ഇക്കാര്യത്തിൽ സാദ്ധ്യവും നിർദ്ദേശകവുമായ അനേകം വിശദീകരണങ്ങളുണ്ടെന്നാണ്. ഒരുദാഹരണമെടുത്താൽ, നമ്മുടെ ആധുനികയൂറോപ്പ് അത്രമേൽ പരി

ക്ഷീണമായിരിക്കുന്നു; ഏറ്റവും കരുത്തരായവരൊഴികെ ആർക്കും ഈ ക്ഷീണം ആവിഷ്കരിക്കാൻ കഴിയുകയില്ല. ഒരുപക്ഷേ, എല്ലാ രാഷ്ട്ര ങ്ങളും പരിക്ഷീണമായിട്ടുണ്ടാവണം. തങ്ങൾ ക്ഷീണിതരാണെന്ന ഈ സത്യം പറയാൻ ഏറ്റവും ധീരരായവർക്ക്, തികഞ്ഞ ഉന്മേഷമുള്ളവർക്കു മാത്രമേ കഴിയൂ എന്നതായിരിക്കുന്നു. നോർവ്വേയിലെ ഒരു ഇബ്സൺ, റഷ്യയിലെ ഒരു ഗോർക്കി ഇവർക്കു മാത്രമേ സന്ദേഹവാദികളായി നില നില്ക്കാനുള്ള വിശ്വാസദാർഢ്യമുള്ളൂ എന്നതാവാം ഈയവസ്ഥ. അവർ മാത്രമായിരിക്കാം അത്രയേറെ ജൈവ ചൈതന്യമുള്ളവർ; പുരാതനമായ ആ ദുരന്തബോധത്തിൽനിന്ന് ആവശ്യമുള്ളത്ര ഭുജിക്കാനും പാനം ചെയ്യാനും അവർക്കു മാത്രമേ കഴിയൂ എന്നുവരാം.

ഇക്കാര്യത്തിൽ സാദ്ധ്യമായ ഉപാധികളിൽ അഥവാ വിശദീകരണ ങ്ങളിൽ ഒന്ന് ഇതാവാം. യൂറോപ്പിനാകമാനം ഇതനുഭവപ്പെടുന്നുണ്ടാവാം. അവർക്ക് ഇത് വിശ്വസിക്കാനുള്ള ശക്തി മാത്രമേ ഉള്ളൂവെന്നുവരാം. എങ്കിലും ഇനിയുമേറെ വിശദീകരണങ്ങൾ ഉണ്ടാവാം. യൂറോപ്യൻ നാഗ രികതയെന്ന വളയത്തിന്റെ ഇറമ്പിലായിരുന്നു റഷ്യയും നോർവ്വേയും അതുപോലുള്ള സമൂഹങ്ങളും. ഈ അർദ്ധ അപരിഷ്കൃത സമൂഹ ങ്ങൾക്ക് തനതായ ഒരുതരം ആദിമ ശോകഭാവം ഉണ്ടായിരുന്നിരിക്കാം. അത് അവരിൽ കാലത്തിലൂടെ നിലനിന്നിരിക്കാം. ഈ ശോകഭാവം, ദുര ന്തബോധം നമുക്ക് തികച്ചും ആധുനികമാണെങ്കിലും, അവർക്ക് നിത്യ മായ ഒന്നായിരിക്കാനാണ് സാദ്ധ്യത. ശാസ്ത്രപാഠപുസ്തകങ്ങളിലും ദാർശനിക പ്രസിദ്ധീകരണങ്ങളിലും നാം പൊടുന്നനെ കണ്ടെത്തിയ സത്യങ്ങളും തത്ത്വങ്ങളും അവർ ആയിരക്കണക്കിൽ വർഷങ്ങൾക്കു മുമ്പ് സ്വായത്തമാക്കിയിരിക്കാം; ഇരുണ്ടതും ക്രൂരവുമായ കാനനങ്ങളിൽ നരബലി നടത്തുകയും അന്ധകാരത്തിൽ ദൈവങ്ങൾക്കു മുമ്പിൽ അലറി വിളിക്കുകയും ചെയ്തിരുന്നപ്പോൾ അവർ അതൊക്കെ കൈവരിച്ചിരി ക്കാം. അവരുടെ അജ്ഞേയതാവാദം ഒരുപക്ഷേ, കേവലമായ പ്രകൃതി വസ്തുക്കളുടെ ആരാധനയായിരുന്നിരിക്കാം; അവരുടെ പ്രകൃത്യാരാധ ന–പാഗനിസം – ഒരുപക്ഷേ, പഴയ കാലത്തെന്നപോലെ കേവലമായ ചെകുത്താൻ പൂജയായിരുന്നിരിക്കാം. അടിമത്തവും ചെകുത്താൻ സേവ യുമുണ്ടായിരുന്ന സമൂഹത്തിലൊഴികെ മറ്റൊരിടത്തും സ്ത്രീകളെപ്പറ്റി യുള്ള ബീഭത്സമായ ആ പ്രബന്ധമെഴുതാൻ ഷോപ്പനോറിന് കഴിയുമാ യിരുന്നില്ല. ഈ ആധുനികന്മാർ നമ്മെ ഏതാണ്ട് പൂർണ്ണമായി ചതിക്കു കയാണെന്നുവരാം, ശാസ്ത്രവും പരിഷ്കാരവും ഉണ്ടാകുന്നതിന് എത്ര യോമുമ്പ് അറിയുമായിരുന്ന കാര്യങ്ങൾ ശാസ്ത്രത്തിന്റെ വാചാടോപ ങ്ങളിൽ അവർ നമുക്കു നല്കുകയാണെന്നും വരാം. അവർ പറയുന്നു, തങ്ങൾ നിർണ്ണയവാദികളാണെന്ന്; പക്ഷേ, സത്യം മിക്കവാറും അവർ വിധിദേവതകളെ ആരാധിച്ചിരുന്നുവെന്നതാണ്. കലയുടെ പേരിൽ അഥവാ സത്യത്തിന്റെ പേരിൽ, തങ്ങൾ രോഗാതുരവും അപമാനവികൃ തവുമായ രംഗങ്ങൾ വർണ്ണിക്കുകയാണെന്ന് അവർ പറയുന്നു; എന്നാൽ

അവർണ്ണനീയമായ ഏതോ ആരാധനാമൂർത്തിയുടെ പേരിലാകാം അവ രിതു ചെയ്യുന്നത്; ചരിത്രം ഉദയം ചെയ്യുന്നതിനു മുമ്പ്, അവർ ഈ ആരാ ധനാമൂർത്തിയെ ചോരയും ഭീകരകർമ്മങ്ങളും വഴി പ്രസാദിപ്പിച്ചിരിക്കാം.

മുമ്പ് സൂചിപ്പിച്ച സാദ്ധ്യതയെപ്പോലെ, ഇതും വിവാദപരമാണ്. കൂടി യാൽ ഇതൊരു അഭിപ്രായം മാത്രമാണ്. പക്ഷേ, ഇതിൽ വിശാലമായ ഒരു പരമാർത്ഥമുണ്ട്; തികച്ചും സ്ഥാപിതമായ ഒരു പരമാർത്ഥമാണത്. വിപ്ലവ സൈദ്ധാന്തികരിൽ വിപ്ലവമുണ്ടാക്കാനുള്ള ആന്തരികശേഷി ഇംഗ്ല ണ്ടിനേക്കാൾ അമേരിക്കയെക്കാൾ റഷ്യക്കാണുള്ളത്. അതിപരിഷ്കൃ തവും ഏറെ നാഗരികവുമായ രാജ്യങ്ങൾ സാമൂഹികപരിവർത്തനത്തിന് പരിണാമത്തെയാണ് ആശ്രയിക്കുന്നത്; കരുതലോടെയുള്ള ഒരു മാർഗ്ഗ മാണത്, വളരെ യാഥാസ്ഥിതികമായ മാർഗ്ഗവുമാണത്. വിശ്വസ്തനായ റഷ്യക്കാരൻ സാർ ചക്രവർത്തിയെ അനുസരിക്കുന്നു, കാരണം അയാൾ സാർ ചക്രവർത്തിയെ ഓർമ്മിക്കുന്നു, അദ്ദേഹത്തിന്റെ പ്രാധാന്യം അനു സ്മരിക്കുന്നു. വിശ്വസ്തനല്ലാത്ത റഷ്യക്കാരനാകട്ടെ, അയാളും സാർ ചക്രവർത്തിയെ ഓർമ്മിക്കുന്നു. അദ്ദേഹത്തെ തകർക്കേണ്ട ആവശ്യ കതയെ മനസ്സിലാക്കുന്നു. രാജഭക്തിയുള്ള ഇംഗ്ലീഷുകാർ ഉപരിവർഗ്ഗ ക്കാരെ അനുസരിക്കുന്നത്, അങ്ങനെയൊരു വർഗ്ഗം ഉണ്ടെന്ന കാര്യം അവർ മറന്നുപോയതുകൊണ്ടാണ്. ഉപരിവർഗ്ഗം ഉണ്ടെന്ന തോന്നൽ അവർക്ക് പകൽ വെളിച്ചം പോലെയോ, ഭൂഗുരുത്വം പോലെയോ മറ്റേതു പ്രകൃതിശക്തി പോലെയോ ആണ്. കൂറില്ലാത്ത ഇംഗ്ലീഷ് പൗരജനങ്ങൾ ഇല്ല; ഇംഗ്ലീഷ് വിപ്ലവ സൈദ്ധാന്തികരില്ല; കാരണം ഇംഗ്ലണ്ടിന്റെ പ്രഭു വർഗ്ഗ ജനാധിപത്യ ഭരണസംവിധാനം തികച്ചും പൂർണ്ണമാണ്, അതു കൊണ്ടുതന്നെ അദൃശ്യമാണ്. വിസ്തൃതമായിപ്പോവുന്ന ഒരു കാര്യത്തിന് സർവ്വശക്തമായിത്തീരാനുള്ള ശേഷിയുണ്ട്.

ഗോർക്കി പ്രഥമവും പ്രധാനവുമായി ഒരു റഷ്യക്കാരനാണ്. അദ്ദേഹം ഒരു വിപ്ലവകാരിയുമാണ്. എല്ലാ റഷ്യക്കാരും വിപ്ലവവാദികളായതുകൊ ണ്ടല്ല അത്; പക്ഷേ, മിക്കവാറും എല്ലാ റഷ്യക്കാരും വിപ്ലവവും മതവും സാദ്ധ്യമാക്കുന്ന മനഃസ്ഥിതിയുള്ളവരായതുകൊണ്ടാണത്; ഒരു സമൂഹ ത്തിന്റെ ആദിമവും, പ്രമാണപരവുമായ മാനസികാവസ്ഥയാണിത്. വിപ്ലവ വാദിയാവണമെങ്കിൽ ഒരാൾ ആദ്യം ഉൾവിളികളുള്ള ഒരാളായിരിക്കണം. ഏതെങ്കിലുമൊരു പ്രപഞ്ച സിദ്ധാന്തത്തിന്റെയോ രാഷ്ട്രതത്ത്വത്തി ന്റെയോ ഫലപ്രാപ്തിയിൽ അയാൾക്കു വിശ്വാസമുണ്ടായിരിക്കണം. എന്നാൽ പരിണാമാവസ്ഥയുടെ സ്വാധീനത്തിലുള്ള രാജ്യങ്ങളിലാവട്ടെ തെറ്റുകൾ തിരുത്തുന്ന നാടകീയരംഗങ്ങളുണ്ടാവുന്നില്ല (പരിണാമാവസ്ഥ യുടെ പിടി അയഞ്ഞുപോവാത്ത പക്ഷം). അത്തരം നാടകീയ രംഗങ്ങ ളുണ്ടാവുകയുമില്ല. ഈ രാജ്യങ്ങളിൽ വിപ്ലവമുണ്ടാവുകയില്ല. പുരോഗ തിയെന്ന് പറയപ്പെടുന്ന ഭാവനാത്മകമായ പരിണാമത്തിൽ അവർ സഹ നബോധത്തോടു ജീവിക്കണം.

ഗോർക്കി കഥകളിലുള്ള താല്പര്യം ഇതര റഷ്യൻ മാസ്റ്റർ പീസു

കളിലുള്ള അതേ താല്പര്യം തന്നെയാണ്, വളരെ പഴയതെന്ന് പാശ്ചാ
ത്യർ കരുതുന്ന ലാളിത്യവും വളരെ പുതിയതെന്ന് പാശ്ചാത്യർ പരിഗ
ണിക്കുന്ന കലാപമനഃസ്ഥിതിയും തമ്മിലുള്ള നികടമായ ബന്ധത്തിലുള്ള
താല്പര്യമാണത്. നമ്മുടെ വിദ്യാസമ്പന്നവും ആചാരപരവുമായ നാഗ
രികതയിൽ നമുക്ക് റഷ്യൻ അരാജകവാദിയെ മനസ്സിലാക്കാൻ കഴിയില്ല;
നഷ്ടപ്പെട്ട കണ്ണിയെപ്പറ്റിയുള്ളവയാണ് അദ്ദേഹത്തിന്റെ കഥകളെന്ന് നമു
ക്കനുഭവപ്പെടും. അദ്ദേഹത്തിന്റെ ശിരസ്സ് അതിമാനുഷന്റേതാണെന്നും
നമുക്കനുഭവപ്പെടും. അദ്ദേഹത്തിന്റെ ഏകാന്തമായ രോഷവിലാപം നാം
കേൾക്കും. എന്നാൽ അത് ഗവൺമെന്റിനെതിരായ ആദ്യത്തെ അരാജ
കവാദിയുടെ പ്രതിഷേധമാണോ, നാഗരികതയ്ക്കെതിരായ കിരാതന്റെ
പ്രതിഷേധമാണോ എന്നു നമുക്ക് വേർതിരിച്ചറിയാനാവില്ല. ഗോർക്കി
അവതരിപ്പിക്കുന്ന മനുഷ്യവംശത്തിന്റെ ചുമലിൽ വലിയൊരു ഭാരമുണ്ട്:
യുഗങ്ങളായുള്ള രാഷ്ട്രീയ തിന്മയുടെയും ആവശ്യങ്ങളുടെയും ക്രൂരത
യുടെ താങ്ങാനാവാത്ത ഭാരമാണത്. എന്നാൽ പോപ്ലാറിലേയോ വെസ്റ്റ്
ഹാമിലേയോ ജനങ്ങൾക്ക് കാലം നല്കാത്ത ഒരു കാര്യം അവർക്കായി
കാലം കരുതിവെച്ചിട്ടുണ്ട്. അവരെ വരിഞ്ഞു നില്ക്കുന്ന ക്രൂരതയുടെ
മുഖം കണ്ടെത്താനുള്ള ശിശുസഹജമായ ശേഷിയാണത്. ഗോർക്കി ഒരു
നായാടിയാണ്; ആൾക്കൂട്ടത്തിലൊരാളാണ്; കടുത്ത വിമർശകനുമാണ്.
പാശ്ചാത്യ ലോകത്ത് സാധാരണ മനുഷ്യർ സാഹിത്യാഭിമുഖ്യം പ്രകടി
പ്പിക്കുമ്പോൾ വികാരജീവികളും മിക്കവാറും ശുഭാപ്തിവിശ്വാസികളുമാ
യിരിക്കും.

ഗോർക്കി *ഒരിക്കൽ മനുഷ്യരായിരുന്ന ജന്തുക്കളിൽ* ആവിഷ്കരി
ക്കുന്ന ഈ മനുഷ്യർ പാശ്ചാത്യമനസ്സിന് കുഞ്ഞുങ്ങളാണ്, അതിൽ അത്ഭു
തപ്പെടാനൊന്നുമില്ല. അനുഭവങ്ങളാൽ, പാപങ്ങളാൽ പീഡിതരും മുറി
വേറ്റവരുമാണവർ. ഇതുകൊണ്ട് സംഭവിച്ചത് അവർ ദുഃഖിതരായിത്തീർന്നു,
അഥവാ വികൃതികളായിത്തീർന്നു, അഥവാ പരിഭ്രമിച്ചു എന്നത് മാത്ര
മാണ്. പശ്ചിമയുറോപ്പിലെ സുരക്ഷിത ഗവൺമെന്റുകൾക്ക് കീഴിലനുഭ
വപ്പെടുന്ന ആ ഗുണവിശേഷം അവരിൽ ദൃശ്യമല്ല; ഒരു മന്ത്രംകൊണ്ട്
ശാന്തമാക്കാവുന്ന മനസ്സല്ല അവരുടേത്. അവർ വിശപ്പിനെ "സാമ്പത്തിക
സമ്മർദ്ദം" എന്നല്ല വിളിക്കുന്നത്, അവർ വിശപ്പിനെ വിശപ്പെന്ന് വിളിക്കു
ന്നു. അവർ ധനികരെ "മൂലധനകേന്ദ്രീകരണത്തിന്റെ ഉദാഹരണങ്ങൾ"
എന്നു വിളിക്കുന്നില്ല, അവരെ ധനികരെന്നു വിളിക്കുന്നു. ഈ ലാളിത്യം
ഗോർക്കിയുടെ മുഖമുദ്രയാണ്. ഏറ്റവും ആധുനികരായ ഇതര റഷ്യൻ
എഴുത്തുകാരിലും ഇത് പ്രകടമാണ്. ടോൾസ്റ്റോയിയിലും ടോൾസ്റ്റോയി
യൻ മനസ്സുള്ളവരിലും ഇത് കാണാനാവും. ശീഘ്രവും ലളിതവുമായ
ഈ ധനിക്കഥയുടെ ശീർഷകത്തിൽത്തന്നെ വ്യക്തമാവുന്നുണ്ട്.

ചേരിയിലെ മനുഷ്യരുടെ ജീവിതത്തെപ്പറ്റി *ഡെയ്‌ലി ടെലഗ്രാഫിന്*
ദീർഘമായ കത്തുകൾ എഴുതുന്ന ആ മനുഷ്യസ്നേഹിയിൽ ഇത് പ്രക
ടമാണ്:

"മാനവികതയുടെ എല്ലാ ലക്ഷണങ്ങളും അസ്തമിക്കുന്നതരത്തി ലുള്ള അധഃപതനാവസ്ഥയിലാണവർ" എന്നാണയാളെഴുതുന്നത്. കഥ യാകമാനം ഊഷ്മളമായ ആത്മഭാവത്തോടെ നാം വായിക്കുന്നു. വിക്ടോ റിയാ റാണിയുടെ സദ്ഗുണങ്ങളോ, കോമൺസ് സഭയുടെ അന്തസ്സോ സൂചിപ്പിക്കുന്ന ശൈലികൾ വായിക്കുന്ന അതേ മനോഭാവത്തോടെ വായി ക്കുന്നു. ഒരു വാടകവീടിനെ വിവരിക്കുമ്പോൾ ഈ റഷ്യൻ നോവലിസ്റ്റ് പറയുന്നു, *ഒരിക്കൽ മനുഷ്യരായിരുന്ന ജന്തുക്കൾ* എന്ന്. നമ്മൾ സ്തബ്ധരായിപ്പോവുന്നു, ഭീതിദമായ ഒരു യക്ഷിക്കഥയെന്നപോലെ അതിലെ വസ്തുതകൾ നമ്മൾ പരിഗണിക്കുന്നു. റഷ്യൻ രീതിയുടെ ഒരുപരീക്ഷണമാണ് ഈ കഥ; തോല്വിയുടെയും പഴയ യുഗത്തിന്റെയും പഠനമാണിത്. എന്നിട്ടും ഈ എഴുത്തുകാരൻ ജീർണ്ണതയെപ്പറ്റി പുതു തായി എഴുതേണ്ടി വരുന്നു. തിന്മയേറിയ അനുഭവങ്ങൾകൊണ്ട് ഉരു ണ്ടുപോയ, ചോരച്ചകണ്ണുകളാൽ കണ്ട ലോകത്തെയാണദ്ദേഹം വിവരി ക്കുന്നത്, പക്ഷേ, ഒരുതരം ശിശുസഹജമായ വ്യക്തതയോടെയാണ് അദ്ദേഹം ജീവിതരംഗങ്ങളെ വീക്ഷിക്കുന്നത്. ഏതുതരത്തിൽ നോക്കി യാലും റഷ്യക്കാർ എപ്പോഴെങ്കിലും ഒരു ജനാധിപത്യരാകുമെങ്കിൽ അവർ ലോകം ദർശിച്ചതിൽവെച്ച് ഏറ്റവും ജനാധിപത്യപരമായ ജനാധിപത്യ മായിരിക്കും. *ഒരിക്കൽ മനുഷ്യരായിരുന്ന ജന്തുക്കളുടെ* നിയതമായ ഈ ഉപസംഹാര ഖണ്ഡിക നോക്കുക.

പെറ്റുനിക്കോവ് ഒരു ജേതാവിന്റെ മന്ദസ്മിതം പൊഴിച്ചു, എന്നിട്ട് വാടകവീട്ടിലേക്കു തിരിച്ചുപോയി. പക്ഷേ, പെട്ടെന്നുതന്നെ അദ്ദേഹം നിന്നു വിറച്ചു. മുന്നിലുള്ള വാതില്ക്കൽ കൈയിലൊരു വടിയും തോളിലൊരു വലിയ സഞ്ചിയുമായി ഒരു വൃദ്ധൻ നില്ക്കു ന്നുണ്ടായിരുന്നു. കീറിപ്പറിഞ്ഞ വസ്ത്രം ധരിച്ച ഭീഷണരൂപത്തി ലുള്ള ഒരു വൃദ്ധൻ. ഈ വസ്ത്രം അയാളുടെ അസ്ഥിമാത്രമായ രൂപത്തെ മറച്ചുവച്ചു. തന്റെ തോളിലെ ഭാരംകൊണ്ട് അയാൾ കുനിഞ്ഞുപോയിരുന്നു; ശിരസ്സ് നെഞ്ചിലേക്ക് താഴ്ത്തിവെച്ചിരു ന്നു; അയാൾ വണിക്കിനെ ആക്രമിക്കാൻ തയ്യാറെടുക്കുകയാ ണെന്നു തോന്നും.

"നീയാരാണ്? എന്താണ് വേണ്ടത്?" പെറ്റുനിക്കോവ് ആക്രോശിച്ചു.

"ഒരു മനുഷ്യൻ" അടുത്ത ശബ്ദത്തിൽ അയാൾ പറഞ്ഞു. ഈ ഒച്ചയടപ്പ് പെറ്റുനിക്കോവിനെ സമാധാനിപ്പിച്ചു. അയാൾ പുഞ്ചിരി ക്കുക പോലും ചെയ്തു.

"മനുഷ്യനോ? ശരിക്കും നിങ്ങളെപ്പോലെ മനുഷ്യന്മാരുണ്ടോ?" ഒരു ഭാഗത്തേക്കു മാറി നിന്ന് വൃദ്ധൻ കടന്നുപോകാൻ അയാൾ വഴി യൊരുക്കി. കടന്നുപോകെ, വൃദ്ധൻ പതുക്കെ പറയുന്നുണ്ടായിരുന്നു.

"മനുഷ്യർ പലതരക്കാരാണ്. ദൈവേച്ഛയാണത്... എന്നെക്കാൾ മോശമായവരുണ്ട്. അതിലും മോശമായവർ... അതെ.."

മനുഷ്യരാശിയുടെ പതനമാണ് ഗോർക്കി ആവിഷ്കരിക്കുന്നത്. അത് ചെയ്യുമ്പോഴും അദ്ദേഹം അതിന്റെ അസാധാരണത്വവും മനുഷ്യജീവി യുടെ മൂല്യവുമാണ് ആവിഷ്കരിക്കുന്നത്. നമ്മുടേതു പോലുള്ള സങ്കീർണ്ണമായ മാനവ പരിഷ്കൃതികളിൽ വളരെ സാമാന്യമായി ദൃശ്യ മല്ലാത്ത കാര്യങ്ങളാണവ. "ഒരു മനുഷ്യൻ" എന്ന പദം ഉച്ചരിക്കാൻ കാരണമുണ്ടാവുമ്പോൾ ഒരു പശ്ചാത്തലത്തിലും ഉണ്ടാവാത്ത ഒരുതരം ഉദ്വേഗമാണിതെന്ന് ഞാൻ ഭീതിപൂർവ്വം ചിന്തിച്ചുപോവുന്നു. അയാൾ, ആ മനുഷ്യൻ ആരുമാവാം. റീഡിങ്ങിൽനിന്ന് കാൽനടയായി വരുന്ന ഒരു കുമ്മായപ്പണിക്കാരനാവാം അയാൾ; ലങ്കാഷയറിൽനിന്ന് പിരിച്ചുവിടപ്പെട്ട ഇരുമ്പുവാർപ്പുകാരനാകാം; അഞ്ച് ഷില്ലിങ്ങിന് വായ്പ ചോദിക്കുന്ന സർവ്വകലാശാലാ അദ്ധ്യാപകനാകാം; ബ്രെബ്റ്റണിൽ താമസിക്കുന്ന ഒരു ലെഫ്റ്റനന്റ് ജനറലിന്റെ പുത്രനാകാം. നമ്മെ സംബന്ധിച്ചിടത്തോളം മനുഷ്യർ പലതരക്കാരാണെന്ന പ്രശ്നമല്ല നമുക്ക് പ്രധാനമായിട്ടുള്ളത്; നമുക്ക് ഈ വൈവിദ്ധ്യം വ്യത്യസ്ത മൃഗങ്ങളുമായി ബന്ധപ്പെട്ടതാണ്. ഉപരിപ്ലവമായ ഈ സന്ദേഹവാദവും മൃഗീയതയുമെല്ലാമുണ്ടെങ്കിലും മനു ഷ്യരാശിയുടെ ഈ പതനം, മനുഷ്യരാശിക്കു സംഭവിച്ചുവെന്ന് തോന്നുന്ന ഈ പതനം ഗോർക്കിയുടെ ആവിഷ്കാരമാണ്. അത്, ആ പതനം മഹ ത്ത്വപൂർണ്ണവും പരിതാപകരവും മാത്രമല്ല, അനിവാര്യവും നിഗൂഢവും കൂടിയാണ്. മനുഷ്യനും മൃഗത്തിനും ഇടയിലുള്ള ആ രേഖ എല്ലാ മത ങ്ങളിലും സാന്നിദ്ധ്യമുള്ള ആത്മജ്ഞാനപരമായ ഒരനിവാര്യതയാണ്, മതത്തിന്റെ എല്ലാ നിഗൂഢതകളുംപോലെ അതും സാമാന്യബുദ്ധിയുള്ള മനുഷ്യന്റെ പ്രധാന വികാരവിക്ഷോഭങ്ങൾക്ക് സമാനമാണ്. മതശാസ്ത്ര പഠനങ്ങൾ ഈ അന്തരം കടന്നുകയറാനാവില്ലെന്ന് പറയുന്നു. എന്നാൽ അപ്പോഴാണ് നമുക്കീയന്തരം അനുഭവപ്പെടുന്നത്. ദാർശനികരും ഭാവ നാശാലികളായ എഴുത്തുകാരും ഈ അന്തരം കടന്നുകയറാമെന്നു പറ യുമ്പോഴും ഒരുതരം ചുമലിളക്കത്തോടെ നമുക്കതെനുഭവപ്പെടുന്നു. ഏതെ ങ്കിലും മനുഷ്യർ ഈ അന്തരം, മനുഷ്യനും മൃഗവും തമ്മിലുള്ള ഈ അന്തരം എത്രയാണെന്ന് മനസ്സിലാക്കാൻ ശ്രമിക്കുന്നുവെങ്കിൽ, ഭയജ നകമായ ആ വാക്കുകൾ അയാളും പറയട്ടെ:

ഒരിക്കൽ മനുഷ്യരായിരുന്ന ജന്തുക്കൾ.

ഭാഗം ഒന്ന്

അടഞ്ഞ ജനാലകളും പരസ്പരം ഞെങ്ങിഞെരുങ്ങി മുന്നോട്ടു ചാഞ്ഞ ഭിത്തികളുമുള്ള വൃത്തികെട്ട കുടിലുകളുടെ നിരകൾക്കിടയിലൂടെ കിടക്കുന്ന പ്രധാന വഴിയാണ് നിങ്ങളുടെ മുന്നിലുള്ളത്. കാലപ്പഴക്കം കൊണ്ട് ജീർണ്ണിച്ച ഈ വീടുകളുടെ മേല്ക്കുരകൾ നിറയെ ദ്വാരങ്ങൾ ആയിരുന്നു. അവിടെയുമിവിടെയുമായി പലകകൾവെച്ച് ദ്വാരങ്ങൾ അട ച്ചിരിക്കുന്നു. അവയ്ക്കടിയിൽനിന്നും പൂപ്പൽ പിടിച്ച കഴിക്കോലുകൾ പുറ ത്തേക്ക് തള്ളിനിന്നു. മുഷിഞ്ഞ ഇലകൾ നിറഞ്ഞ കിഴവൻ മരങ്ങളു ടെയോ ചാഞ്ഞുകിടക്കുന്ന വില്ലോമരങ്ങളുടെയോ നിഴലുകൾ അവയ്ക്കു മുകളിൽ വീണു കിടന്നിരുന്നു.

പഴക്കംകൊണ്ട് മങ്ങിയ പച്ചനിറമായിപ്പോയ ജനൽപ്പാളികൾ ചതി യന്മാരെപ്പോലെ പരസ്പരം ഒളിക്കണ്ണിട്ടു നോക്കിക്കൊണ്ടിരുന്നു. സമീപ ത്തുള്ള കുന്നുകളിലേക്ക് മഴവെള്ളം കെട്ടിനില്ക്കുന്ന കുഴികളുമായി ഒരു നടപ്പാത വളഞ്ഞുപുളഞ്ഞ് കയറിപ്പോകുന്നു. അങ്ങിങ്ങായി പൊടിമണലും ചപ്പുചവറുകളും കൂനകൂട്ടിയിരിക്കുന്നു. ഒന്നുകിൽ ഉപേക്ഷിച്ചവയാകാം അല്ലെങ്കിൽ വീടുകളിലേക്ക് വെള്ളം ഒഴുകിയെത്തുന്നതു തടയാൻ കരു തിക്കൂട്ടി കൂനകൂട്ടിയതാവാം.

കുന്നുകളുടെ മുകളിലെ തോട്ടങ്ങളുടെ ഇടതിങ്ങിയ പച്ചപ്പിനുള്ളിൽ മനോഹരമായ കട്ടകെട്ടിയ വീടുകൾ ഒളിഞ്ഞിരിക്കുന്നു. പള്ളികളുടെ മണി ഗോപുരങ്ങൾ ആകാശത്തേക്ക് അഹന്തയോടെ തല ഉയർത്തി നില്ക്കുന്നു. അവയുടെ സ്വർണ്ണം പൂശിയ കുരിശുകൾ സൂര്യരശ്മികൾ തട്ടി തിളങ്ങു ന്നുണ്ടായിരുന്നു. മഴക്കാലത്ത് അടുത്തുള്ള നഗരത്തിലെ വെള്ളം പ്രധാന വഴിയിലേക്ക് ഒഴുകിയിറങ്ങി. അല്ലാത്ത സമയങ്ങളിൽ നഗരത്തിലെ ചപ്പു ചവറുംകൊണ്ട് പ്രധാനവഴി മൂടപ്പെട്ടിരിക്കും. ഈ വൃത്തികെട്ട വീടുകൾ

മഴവെള്ളത്തിന്റെ കുത്തൊഴുക്കിലേക്കും ചപ്പുചവറുകൾക്കിടയിലേക്കും ഏതോ അതിശക്തമായ കൈകൾ പൊക്കിയെടുത്ത് വലിച്ചെറിഞ്ഞവയാ ണെന്ന് തോന്നും. ഉയരമുള്ള കുന്നിൻചെരിവിൽ ചീഞ്ഞു നാറുന്ന ചപ്പു ചവറുകൾക്കിടയിൽ പറ്റിപ്പിടിച്ചിരിക്കുന്ന അവയുടെ വരണ്ട കാഴ്ച അവ കാലപ്പഴക്കംകൊണ്ട് ദ്രവിച്ചുതുടങ്ങിയ കിഴവൻ മരങ്ങളുടെ തായ്ത്തടി കളാണെന്ന തോന്നലാണ് ഒരാൾക്ക് നല്കുന്നത്.

പ്രധാന വഴിയുടെ അറ്റത്ത് നഗരത്തിൽനിന്ന് പുറത്താക്കി നിർത്തി യിരിക്കുന്നതുപോലെ തോന്നുന്ന ഒരു രണ്ടുനില കെട്ടിടം ഉണ്ടായിരുന്നു. നഗരത്തിലെ താമസക്കാരനും കച്ചവടക്കാരനുമായിരുന്ന പെറ്റുനിക്കോ വിൽനിന്നും ആരോ അത് വാടകയ്ക്ക് എടുത്തിരുന്നു. കുന്നുകളിൽ നിന്ന് അകന്നു മാറി പരന്നുകിടക്കുന്ന പാടങ്ങൾക്ക് സമീപത്തുകൂടി വളവ് തിരിഞ്ഞ് ഒഴുകിപ്പോകുന്ന നദിയിൽനിന്നും അരമൈൽ ദൂരത്തുള്ള ആ വീട് താരതമ്യേന മെച്ചപ്പെട്ട ഒന്നായിരുന്നു.

ഈ പൊളിഞ്ഞു തുടങ്ങിയ വലിയ കെട്ടിടം അതിന്റെ ചുറ്റുപാടു കൾക്കിടയിൽ ഏറ്റവും ശോചനീയമായ ഒരു കാഴ്ചയായിരുന്നു. അതിന്റെ ഭിത്തികൾ പുറത്തേക്ക് തള്ളിപ്പോയിരുന്നു. ജനാലകളിൽ പാളികൾ ഒന്നും തന്നെ ഉണ്ടായിരുന്നില്ല. ചതുപ്പുനിലത്തെ വെള്ളംപോലെ മങ്ങിയ പച്ച നിറമുള്ള ഏതാനും പലകകൾ മാത്രം ജനൽപ്പാളികളുടെ സ്ഥാനത്ത് അവ ശേഷിച്ചിരുന്നു. ജനാലകൾക്ക് ഇടയ്ക്കുള്ള ഭിത്തിയിൽ കാലം ആ പഴയ വീടിന്റെ ചരിത്രം ചിത്രലിപികളിൽ കുറിക്കാൻ ശ്രമിക്കുന്നതായി തോന്നുന്ന തരത്തിൽ പൊരിഞ്ഞിളകിയ പാടുകൾകൊണ്ട് മൂടപ്പെട്ടിരുന്നു. ഇളകി വീഴാറായ മേൽക്കൂര അതിന്റെ ദയനീയാവസ്ഥയെ കൂടുതൽ വഷ ളാക്കി. ആ കെട്ടിടം മൊത്തമായി ഭൂമിയിലേക്ക് നിലംപൊത്തി ജീർണ്ണിച്ച അവശിഷ്ടങ്ങളുടെ ഒരു കൂമ്പാരമായിത്തീർന്ന് ഒടുവിൽ പൊടിപടലങ്ങ ളായി മാറാനുള്ള അവസാനത്തെ ചവിട്ടിനുവേണ്ടി കാത്തുനില്ക്കുക യാണെന്നമട്ടിൽ കൂനിപ്പിടിച്ച് നില്ക്കുകയായിരുന്നു.

ഗേറ്റ് തുറന്നുകിടന്നിരുന്നു. ഗേറ്റിന്റെ ഒരു പകുതി സ്ഥാനം മാറി വഴിയുടെ തൊട്ടടുത്തായി നിലത്ത് വീണു കിടന്നു. അതിന്റെ അഴികൾക്കി ടയിലൂടെ പുല്ലു വളർന്നുനിന്നു. വിശാലമായ ഒഴിഞ്ഞമുറ്റവും പുല്ലുകൾ കൈയടക്കിക്കഴിഞ്ഞു. ഈ മുറ്റത്തിന്റെ ഉള്ളിലേക്ക് മാറി പൊക്കം കുറഞ്ഞ ഇരുമ്പുമേല്ക്കൂരയുള്ള ഒരു പുകപിടിച്ച കെട്ടിടം ഉണ്ട്. നിശ്ചയമായും ആ വീട്ടിൽ ആൾത്താമസം ഉണ്ടായിരുന്നില്ല. മുമ്പ് ഒരു കൊല്ലന്റെ ആല യായിരുന്ന ഇരുമ്പ് മേല്ക്കൂരയുള്ള ഈ ഷെഡ്ഡ് ഇപ്പോൾ ഒരു വാടകവീ ടായി രൂപം മാറിയിരിക്കുന്നു. ഇപ്പോൾ അത് അരിസ്റ്റിഡ് ഫോമിച്ച് കുവാൽഡ എന്നു പേരുള്ള ഒരു വിരമിച്ച ക്യാപ്റ്റന്റെ അധീനതയിൽ ആണ്.

വീടിന്റെ ഉൾവശം ഏകദേശം ഇരുപത്തെട്ടടി വീതിയും എഴുപത് അടി നീളവും ഉള്ള അഴുക്കുപിടിച്ച ഒരു പലകത്തട്ട് ആയിരുന്നു. മുറി യുടെ ഒരു വശത്തുള്ള നാല് ചതുരാകൃതിയിലുള്ള ജനാലകളിലൂടെയും

മറുവശത്തുള്ള വാതിലിലൂടെയും വെളിച്ചം മുറിക്കുള്ളിലേക്ക് കടന്നു വന്നു. ചായം പൂശാത്ത കട്ടകെട്ടിയ ഭിത്തികൾ പുകപിടിച്ച് കറുത്തിട്ടു ണ്ട്. തടികൊണ്ട് പണിതീർത്ത മച്ചിന് ഏറക്കുറെ കറുപ്പുനിറം ആയിരു ന്നു. മുറിയുടെ മദ്ധ്യത്തിലായി ഒരു വലിയ നെരുപ്പോട് വെച്ചിട്ടുണ്ട്. നെരു പ്പോടിന്റെ അടുപ്പായിരുന്നു അതിന്റെ അടിത്തറയായി സേവനം അനു ഷ്ഠിച്ചിരുന്നത്. നെരുപ്പോടിനു ചുറ്റുമായി വീതിയുള്ള പലകകൾ ഭിത്തി യിൽ ഉറപ്പിച്ചിരിക്കുന്നു. അവയെ താമസക്കാരുടെ കിടക്കകളായി ഉപ യോഗപ്പെടുത്തുന്നു. ഭിത്തികളിൽ പുകയുടെയും നനഞ്ഞ മണ്ണിന്റെയും അഴുകിത്തുടങ്ങുന്ന പലകകളുടെയും മണം ഉണ്ടായിരുന്നു.

ഉടമസ്ഥന്റെ സ്ഥാനം നെരുപ്പോടിന്റെ മുകളിൽ ആയിരുന്നു. നെരു പ്പോടിനു ചുറ്റുമുള്ള പലകകകൾ ഉടമസ്ഥനുമായി നല്ല ബന്ധത്തിലുള്ള വരെ ഉദ്ദേശിച്ചുള്ളവയാണ്. അവർ ഉടമസ്ഥനുമായുള്ള സൗഹൃദം എന്ന ബഹുമതിക്ക് അർഹരായി. പകൽ സമയത്ത് മുറ്റത്തെ മതിലിനോട് ചേർത്ത് കട്ടകൾ പെറുക്കിയടുക്കി സ്വയം നിർമ്മിച്ച ഒരുതരം ബഞ്ചിൽ ഇരുന്നാണ് ക്യാപ്റ്റൻ അയാളുടെ കൂടുതൽ സമയം ചെലവഴിച്ചത്. അല്ലെ ങ്കിൽ അയാൾ വീടിന്റെ എതിർവശത്തുള്ള ഈഗോർവാവിലോവിച്ചിന്റെ ഭക്ഷണശാലയിൽ ആയിരിക്കും. അവിടെനിന്നായിരുന്നു അയാൾ ഭക്ഷണം കഴിച്ചിരുന്നത്. അയാൾ വോഡ്ക്ക കുടിക്കുന്നതും അവിടെയായിരുന്നു.

ഈ വീട് വാടകസ്ഥലമാക്കി മാറ്റുന്നതിനു മുമ്പ് അരിസ്റ്റിഡ് കുവാൽഡ നഗരത്തിലെ വേലക്കാരുടെ ഒരു പേരു പതിക്കൽ സ്ഥാപനം നടത്തിയിരുന്നു. അയാളുടെ പഴയ ജീവിതത്തിലേക്ക് നമ്മൾ കൂടുതൽ തിരിഞ്ഞുനോക്കുകയാണെങ്കിൽ അയാൾക്ക് ഒരു അച്ചടിശാല ഉണ്ടായി രുന്നതായി നമുക്ക് കാണാൻ കഴിയും. ഇതിനും മുമ്പ് അയാളുടെ വാക്കു കളിൽ പറഞ്ഞാൽ "വെറുതെ ജീവിച്ചു. നല്ലവണ്ണം ജീവിച്ചു. ചെകുത്താ നറിയാം. എങ്ങനെ ജീവിച്ചെന്ന് ചെകുത്താനറിയാം."

അയാൾ വിരിഞ്ഞ ചുമലും കുടികൊണ്ട് വീർത്തുകെട്ടിയ മുഖവും വൃത്തികെട്ട മഞ്ഞത്താടിയും ഉള്ള ഉയരംകൂടിയ ഒരു അൻപതുകാരൻ ആയിരുന്നു. സന്തോഷത്തിന്റെ ധിക്കാരം നിഴലിക്കുന്ന മുഖഭാവം ഉള്ള അയാളുടെ വലിയ കണ്ണുകൾക്ക് ചാരനിറം ആയിരുന്നു. തൊണ്ടയിൽ ഒരുതരം കുറുങ്ങലുള്ള പരുക്കൻ ശബ്ദത്തിലായിരുന്നു അയാൾ സംസാ രിച്ചിരുന്നത്. അയാൾ എപ്പോഴും ഒരു നീളംകൂടിയ ജർമ്മൻ പൈപ്പ് പല്ലു കൊണ്ട് കടിച്ചുപിടിച്ചിട്ടുണ്ടാവും. അയാൾക്ക് ദേഷ്യം വരുന്ന സമയത്ത് അയാളുടെ വളവുള്ള വലിയ ചുവന്ന മൂക്ക് ഒന്നുകൂടി വീർക്കും. ചെന്നാ യയുടെ പല്ലുകൾപോലെ വലിപ്പമുള്ള രണ്ടുനിര മഞ്ഞപ്പല്ലുകൾ പുറത്തു കാണിച്ചുകൊണ്ട് അയാളുടെ ചുണ്ടുകൾ വിറയ്ക്കും. അയാൾക്ക് നീള മുള്ള കൈത്തണ്ടകളും മുടന്തും ഉണ്ടായിരുന്നു. പട്ടാള ഉദ്യോഗസ്ഥന്മാ രുടെ പഴയ യൂണിഫോമും ചുവന്ന നാടചുറ്റിയ വക്കില്ലാത്ത ഒരു മുഷിഞ്ഞ തൊപ്പിയും ഏകദേശം കാൽമുട്ടുവരെ എത്തുന്ന കീറിപ്പറിഞ്ഞ ഒരു ജോഡി ബൂട്ടുമാണ് അയാൾ സ്ഥിരമായി ധരിച്ചിരുന്നത്. രാവിലെ ഒരു

നിയമം എന്ന മട്ടിൽ കണ്ടമാനം കുടിച്ചതിന്റെ ഒരു കടുത്ത തലവേദന അയാൾക്ക് ഉണ്ടായിരുന്നു. സായാഹ്നങ്ങളിൽ അയാൾ കുടിച്ചുമദിച്ചു. എങ്കിലും കൂടുതൽ കുടിച്ചതുകൊണ്ട് ഒരിക്കലും അയാൾക്ക് വെളിവില്ലാതായില്ല. അതുകൊണ്ട് അയാൾ എപ്പോഴും സന്തോഷത്തിലായിരുന്നു.

വൈകുന്നേരങ്ങളിൽ വായിൽ പൈപ്പും തിരുകി കട്ടകൾ അടുക്കി വെച്ച് നിർമ്മിച്ച ബെഞ്ചിലിരുന്നുകൊണ്ട് അയാൾ താമസക്കാരെ സ്വീകരിച്ചു.

"നമുക്ക് ആരെയാണ് ഇവിടെ ലഭിച്ചിരിക്കുന്നത്?" മിക്കവാറും കുടിച്ചു കൂത്താടിയതുകൊണ്ടോ അല്ലെങ്കിൽ ഒരുപക്ഷേ, നിസ്സാരമല്ലാത്ത മറ്റെന്തെങ്കിലും കാരണംകൊണ്ടോ പട്ടണത്തിൽനിന്നും പിടിച്ചുപുറത്താക്കിയതു കാരണം കീറിപ്പറിഞ്ഞ് മുഷിഞ്ഞ വേഷത്തിൽ അയാളുടെ അടുത്തേക്ക് വന്നുകൊണ്ടിരിക്കുന്ന ജീവിയോട് അയാൾ ചോദിക്കും. ആ മനുഷ്യൻ മറുപടി പറഞ്ഞുകഴിയുമ്പോൾ അയാൾ പറയും "നിങ്ങൾ പറയുന്ന കള്ള ങ്ങൾ സ്വീകരിക്കാൻ വേണ്ടി എനിക്ക് നിങ്ങളുടെ നിയമപരമായ കടലാ സുകൾ കാണണം" അങ്ങനെ എന്തെങ്കിലും കടലാസുകൾ ഉണ്ടെങ്കിൽ അവ പ്രദർശിപ്പിക്കപ്പെടും. ക്യാപ്റ്റൻ ആ കടലാസുകളോട് യാതൊരു താല്പര്യവും കാണിക്കാതെ അവയെ അയാളുടെ പോക്കറ്റിൽ തിരുകി വെച്ചതിനുശേഷം പറയും.

"എല്ലാം ശരിയാണ്. ഒരു രാത്രിക്ക് രണ്ട് കോപ്പക്ക് ഒരാഴ്ചയ്ക്ക് പത്ത് കോപ്പക്ക് ഒരു മാസത്തേക്ക് മുപ്പതു കോപ്പക്ക്. അകത്തുപോയി നിങ്ങ ളുടെ സ്ഥലം നിങ്ങൾതന്നെ കണ്ടുപിടിക്കണം. അത് മറ്റുള്ളവരുടെ സ്ഥലം അല്ലെന്ന് ഉറപ്പാക്കണം. അല്ലെങ്കിൽ അവർ നിങ്ങളെ കത്തിച്ചുകളയും. ഇവിടെ താമസിക്കുന്നവരെല്ലാം പ്രത്യേക തരക്കാരാണ്."

"നിങ്ങൾ ചായയോ റൊട്ടിയോ, തിന്നാനുള്ള മറ്റെന്തെങ്കിലും സാധ നങ്ങളോ ഇവിടെ വിൽക്കുന്നില്ലേ?"

"ഞാൻ ഭിത്തികളും മേൽക്കൂരകളും മാത്രമാണ് വിൽക്കുന്നത്. അതിനുപകരം ഞാൻ പണം പിടുങ്ങുന്നവന് പണം കൊടുക്കുന്നുണ്ട്. ഈ മാളത്തിന്റെ ഉടമസ്ഥന് രണ്ടാം ഗിൽഡിലെ കച്ചവടക്കാരൻ പെറ്റു നിക്കോവിന് ഒരു മാസം അഞ്ച് റൂബിൾ." കുവാൽഡ കാര്യമാത്രപ്രസ ക്തമായ ശബ്ദത്തിൽ വിശദീകരിച്ചു. "സുഖസൗകര്യങ്ങളും ആഡംബര ങ്ങളും ശീലിക്കാത്ത മനുഷ്യൻ മാത്രമാണ് എന്റെ അടുത്തു വരുന്നത്... പക്ഷേ, ദിവസവും ഭക്ഷണം കഴിക്കുന്നത് നിങ്ങളുടെ ശീലമാണെങ്കിൽ ഇതിന്റെ എതിർവശത്ത് ഒരു ഭക്ഷണശാല ഉണ്ട്. പക്ഷേ, ആ ശീലം ഉപേ ക്ഷിക്കുകയാണെങ്കിൽ അതായിരിക്കും നിങ്ങൾക്ക് കൂടുതൽ നല്ലത്. നിങ്ങൾ ഒരു മാന്യനല്ലെന്ന് നിങ്ങൾക്ക് തന്നെ അറിയാം. നിങ്ങൾ എന്തൊ ക്കെയാണ് തിന്നുന്നത്. നിങ്ങൾ നിങ്ങളെത്തന്നെയാണോ തിന്നുന്നത്!"

എപ്പോഴും ചിരിച്ചുകൊണ്ട് വളരെ ഔപചാരികമായ രീതിയിലുള്ള ഇത്തരം സംഭാഷണങ്ങളും താമസക്കാരോട് അയാൾ കാണിക്കുന്ന ജാഗ്ര തയുംകൊണ്ട് ക്യാപ്റ്റൻ പട്ടണത്തിലെ പാവങ്ങളുടെ ഇടയിൽ വളരെ

ജനസമ്മതി ഉള്ളവനായിരുന്നു. പലപ്പോഴും അയാളുടെ ഒരു മുൻ ഇട പാടുകാരൻ കീറിപ്പറിഞ്ഞവേഷത്തിലല്ലാതെ കുറേക്കൂടി മാന്യമായ വേഷ ത്തിൽ കുറേക്കൂടി സന്തോഷമുള്ള മുഖത്തോടെ വീണ്ടും പ്രത്യക്ഷപ്പെ ടുന്ന സംഭവങ്ങൾ ഉണ്ടാകാറുണ്ട്.

"കുറച്ചുകാലമായി കണ്ടിട്ട്. എന്തുണ്ട് വിശേഷം?"

"ആരോഗ്യത്തോടെ ജീവിച്ചിരിക്കുന്നു! പറയൂ?"

"നിങ്ങൾക്ക് എന്നെ മനസ്സിലായില്ലേ?"

"ഇല്ല. എനിക്ക് നിങ്ങളെ മനസ്സിലായില്ല."

"കഴിഞ്ഞ മഞ്ഞുകാലത്ത് ഞാൻ നിങ്ങളുടെ കൂടെ ഒരു മാസത്തോളം ഇവിടെ താമസിച്ചിരുന്നു. പൊലീസുമായുള്ള കശപിശ നടന്നപ്പോൾ. മൂന്നു പേരെ അന്ന് അവർ പിടിച്ചുകൊണ്ടുപോയിരുന്നു!"

"അങ്ങനെ സംഭവിച്ചിരുന്നോ? പൊലീസ് എന്റെ ആതിഥ്യമര്യാദ യുള്ള മേൽക്കുരയ്ക്കു താഴെ പോലും വന്നകയറിയിരുന്നോ?"

"എന്റെ ദൈവമേ! ഈ ജില്ലയിലെ പൊലീസ് ഇൻസ്പെക്ടറെ നിങ്ങൾക്ക് ഓർമ്മയില്ലേ! ഞാൻ നിങ്ങളുടെ കൂടെ താമസിക്കുമ്പോൾ എന്റെ പക്കൽനിന്നും ചെറിയ ചെറിയ സൽക്കാരങ്ങൾ നിങ്ങൾ സ്വീകരി ച്ചിരുന്നില്ലേ? ഞാൻ നിങ്ങളുടെ കൂടെ താമസിച്ചിരുന്നപ്പോൾ നിങ്ങൾ..."

"നന്ദി. നന്ദി നിശ്ചയമായും പ്രോത്സാഹിപ്പിക്കേണ്ട കാര്യം ആണ്. കാരണം അത് വളരെ വിരളമായേ കാണാൻ കഴിയുകയുള്ളൂ. നിങ്ങൾ ഒരു നല്ല മനുഷ്യനാണെന്ന് തോന്നുന്നു. ഞാൻ നിങ്ങളെ ഓർക്കുന്നില്ലെ ങ്കിൽക്കൂടി നിങ്ങളോടൊപ്പം മദ്യശാലയിലേക്ക് വന്ന് നിങ്ങളുടെ വിജയ ത്തിനും ഭാവിയിലെ നേട്ടങ്ങൾക്കും വേണ്ടി അങ്ങേയറ്റത്തെ സന്തോഷ ത്തോടെ മദ്യപിക്കാൻ തയ്യാറാണ്."

"നിങ്ങൾക്ക് യാതൊരു വ്യത്യാസവും വന്നിട്ടില്ലെന്ന് തോന്നുന്നു. ഇപ്പോഴും നിങ്ങൾ നേരംപോക്ക് പറഞ്ഞുകൊണ്ടിരിക്കുകയാണോ?"

നിങ്ങളെപ്പോലെയുള്ള ഭാഗ്യദോഷികളുടെ കൂടെ കഴിയുമ്പോൾ മറ്റെ ന്തുകാര്യമാണ് ഒരാൾക്ക് ചെയ്യാൻ പറ്റുന്നത്?

അവർ പോയി. ചിലപ്പോൾ ആതിഥ്യം കാരണം അസ്വസ്ഥനും സന്തോഷവാനുമായി മാറിയ ക്യാപ്റ്റന്റെ മുൻ ഇടപാടുകാരൻ മദ്യശാല യിലേക്ക് ഒന്നിച്ചു യാത്രയാകുകയും അടുത്ത ദിവസം രാവിലെ തന്നെ പരസ്പരം വീണ്ടും സൽക്കരിക്കാൻ തുടങ്ങുകയും ചെയ്യും. പണം മുഴു വൻ മദ്യപിച്ച് തീർത്തുകഴിഞ്ഞെന്ന് ക്യാപ്റ്റന്റെ കൂട്ടുകാരൻ തിരിച്ചറിയു ന്നതുവരെ മദ്യപാനം തുടരും.

"ഞാൻ വീണ്ടും നിങ്ങളുടെ കൈകളിലേക്ക് വീണുകഴിഞ്ഞെന്ന് നിങ്ങൾ തിരിച്ചറിഞ്ഞിട്ടില്ലേ? നമുക്ക് ഇനിയിപ്പോൾ എന്തു ചെയ്യാൻ പറ്റും?"

"നമ്മൾ വളരെ മെച്ചപ്പെട്ട ഒരു അവസ്ഥയിൽ അല്ലെന്നുള്ളകാര്യ ത്തിൽ സംശയം ഇല്ല. പക്ഷേ, അതുകൊണ്ടൊന്നും നിങ്ങൾ അതിനെ പ്പറ്റി ആലോചിച്ച് ബുദ്ധിമുട്ടേണ്ട ആവശ്യം ഇല്ല." ക്യാപ്റ്റൻ വാദിച്ചു.

"സുഹൃത്തേ, നിങ്ങൾ നിശ്ചയമായും എല്ലാ വസ്തുക്കളെയും തത്ത്വ ശാസ്ത്രത്തിന്റെ ഇടപെടലിലൂടെ നശിപ്പിക്കപ്പെടാതെയും സ്വയം അതി നെപ്പറ്റി ചോദ്യങ്ങൾ ചോദിക്കാതെയും വേണം പരിഗണിക്കേണ്ടത്. ഒന്നും ഗൗരവത്തിൽ എടുക്കരുത്. തത്ത്വജ്ഞാനി ചമയുന്നത് എന്തായാലും മണ്ട അരമാണെന്ന് പറയേണ്ട കാര്യംതന്നെ ഇല്ല. കുടിച്ചതിന്റെ തലവേദനയ്ക്ക് വേണ്ടത് വോഡ്കയാണ്. അല്ലാതെ മനസ്സാക്ഷിക്കുത്തല്ല. ദേഷ്യംകൊണ്ട് പല്ല് ഞെരിച്ചിട്ടും കാര്യമില്ല. പല്ല് കാത്തു സൂക്ഷിക്കണം. അല്ലെങ്കിൽ നിങ്ങൾക്ക് നിങ്ങളെ കാത്തുസൂക്ഷിക്കാൻ പറ്റില്ല. ഇവിടെ ഇപ്പോൾ ഇരു പത് കോപ്പക്ക് ഉണ്ട്. അഞ്ചുകോപ്പക്കിന് ഒരു കുപ്പി വോഡ്ക, ചൂടുള്ള കുടൽ അല്ലെങ്കിൽ കരൾ, ഒരു പൗണ്ട് റൊട്ടി, രണ്ട് വെള്ളരിക്ക ഇത്രയും സാധനങ്ങൾ വാങ്ങിക്കാം. കുടിച്ചതിന്റെ തലവേദനയെ നമ്മൾ പറഞ്ഞ യച്ചുകഴിയുമ്പോൾ നമുക്ക് കാര്യങ്ങളുടെ കിടപ്പിനെപ്പറ്റി ആലോചിക്കാം."

സാധാരണ 'കാര്യങ്ങളുടെ കിടപ്പി'നെ പറ്റിയുള്ള ആലോചന രണ്ടു മൂന്നു ദിവസം നീണ്ടുപോകും. ക്യാപ്റ്റന്റെ പോക്കറ്റിൽ അയാളുടെ നന്ദി യുള്ള ഇടപാടുകാരൻ കൊടുത്ത മൂന്നോ അഞ്ചോ റൂബിളിന്റെ ബാക്കി യായി ഒരു ഫാർതിങ്ങ്പോലും അവശേഷിക്കുന്നില്ലെന്ന് തിരിച്ചറിയുമ്പോൾ ക്യാപ്റ്റൻ പറയും:

"നിങ്ങൾ വന്നു! നിങ്ങൾക്ക് മനസ്സിലാകുന്നുണ്ടോ? നിങ്ങളുടെ കൈയിൽ ഉണ്ടായിരുന്നതെല്ലാം നമ്മൾ കുടിച്ചു തീർത്തു. മരമണ്ടാ! ബോധത്തോടെ പോയി നേട്ടമുണ്ടാക്കാൻ വീണ്ടും പരിശ്രമിക്കൂ. നിങ്ങൾ പാപം ചെയ്തില്ലെങ്കിൽ നിങ്ങൾ പശ്ചാത്തപിക്കില്ലെന്നും നിങ്ങൾ പശ്ചാ ത്തപിച്ചില്ലെങ്കിൽ നിങ്ങൾ രക്ഷിക്കപ്പെടുകയില്ലെന്നും പറയുന്നത് സത്യ മാണ്. നമ്മൾ ആദ്യത്തെ കാര്യം ചെയ്തുകഴിഞ്ഞു. പശ്ചാത്തപിക്കുന്ന തിൽ കാര്യമില്ല. നമുക്ക് പാപമോചനത്തിലേക്ക് നേരിട്ടുള്ള വഴി സ്വീക രിക്കാം. നദിക്കരയിൽ പോയി ജോലി ചെയ്യുക നിങ്ങൾക്ക് സ്വയം നിയ ന്ത്രിക്കാൻ കഴിയില്ലെന്ന് തോന്നുകയാണെങ്കിൽ നിങ്ങളെ ജോലിക്കുവെച്ച കരാറുകാരനോട് നിങ്ങളുടെ പണം സൂക്ഷിക്കാൻ പറയുക. അല്ലെങ്കിൽ അത് എന്നെ ഏല്പിക്കുക. വേണ്ടത്രപണം നിങ്ങൾ സമ്പാദിച്ചുകഴിയു മ്പോൾ നിങ്ങൾ മാന്യമായ ഒരു കഠിനാദ്ധ്വാനിയാണെന്ന് തോന്നിപ്പിക്കുന്ന തരത്തിലുള്ള ഒരു ജോഡി കാലുറകൾ ഞാൻ നിങ്ങൾക്ക് വാങ്ങിത്തരും. അപ്പോൾ മാന്യതതോന്നുന്ന വേഷത്തിൽ നിങ്ങൾക്ക് തിരിച്ചുപോകാം!"

അതുകഴിഞ്ഞ് ക്യാപ്റ്റന്റെ സുദീർഘവും വിജ്ഞാനപ്രദവുമായ സംഭാഷണം ഓർത്ത് പുഞ്ചിരിച്ചുകൊണ്ട് ഒരു ചുമട്ടുകാരന്റെ ജോലി ചെയ്യാൻ വേണ്ടി ഇടപാടുകാരൻ നദിക്കരയിലേക്ക് പോകും.

അയാൾ ക്യാപ്റ്റന്റെ പ്രസംഗം വ്യക്തമായി മനസ്സിലാക്കിയിരിക്കില്ല. അയാൾ അയാളുടെ മുന്നിൽ സന്തോഷമുള്ള രണ്ട് കണ്ണുകൾ മാത്രം കണ്ടു. അവയുടെ പ്രചോദനം നല്കുന്ന സ്വാധീനം അനുഭവിച്ചു വാതോ രാതെ സംസാരിക്കുന്ന ക്യാപ്റ്റൻ വേണ്ട സമയത്ത് അയാൾ ഒരു കൈ സഹായിക്കാനുള്ള മനഃസ്ഥിതി ഉണ്ടെന്ന് അയാൾക്ക് മനസ്സിലായി.

സത്യത്തിൽ പലപ്പോഴും നിന്നുതിരിയാൻ പണം ഇല്ലാത്ത ഏതെ ങ്കിലും ഇടപാടുകാരന് ക്യാപ്റ്റന്റെ കർശനമായ മേൽനോട്ടത്തിൽ ഏക ദേശം ഒരു മാസംകൊണ്ട് അയാൾ അകപ്പെട്ടിരുന്ന അവസ്ഥയേക്കാൾ മെച്ചപ്പെട്ട അവസ്ഥയിലേക്ക് ഉയരാനുള്ള അവസരം ലഭിച്ചിട്ടുണ്ട്. അതി നുവേണ്ടിയുള്ള ക്യാപ്റ്റന്റെ സഹകരണത്തിന് നന്ദി പറയണം.

"സുഹൃത്തേ!" അവസ്ഥ മെച്ചപ്പെട്ട ഇടപാടുകാരനെ വിമർശന ബുദ്ധിയോടെ നോക്കിക്കൊണ്ട് ക്യാപ്റ്റൻ പറയും." എനിക്ക് ഒരു കോട്ടും ജാക്കറ്റും ഉണ്ടായിരുന്നു. എനിക്ക് മാന്യമായ കാലുറകൾ ഉണ്ടായിരുന്ന സമയത്ത് ഞാൻ മാന്യമായ ഒരു മനുഷ്യനെപ്പോലെ പട്ടണത്തിലാണ് താമസിച്ചിരുന്നത്. കാലുറകൾ കീറിപ്പോയപ്പോൾ എന്റെ നാട്ടുകാരുടെ അഭിപ്രായത്തിൽ ഞാൻ തറപറ്റി. പട്ടണത്തിൽനിന്നും എനിക്ക് ഇവിടെ വരേണ്ടിവന്നു. ആളുകൾ പുറംമോടി കണ്ടാണ് എല്ലാകാര്യങ്ങളും വില യിരുത്തുന്നത്. അവരുടെ വിഡ്ഢിത്തം കാരണം യഥാർത്ഥത്തിലുള്ള സത്യാവസ്ഥ അവർക്ക് മനസ്സിലാക്കാൻ കഴിയില്ല. ഇത് നിങ്ങൾ നിങ്ങ ളുടെ മനസ്സിൽ കുറിച്ചിടണം. എന്നിട്ട് നിങ്ങളുടെ കടത്തിന്റെ പകുതി എങ്കിലും എനിക്ക് തരണം. സമാധാനമായി പോകൂ. അന്വേഷിക്കൂ. നിങ്ങൾക്ക് കണ്ടെത്താൻ കഴിഞ്ഞെന്നുവരും."

"അരിസ്റ്റിഡ് ഫോമിച്ച്, ഞാൻ നിങ്ങൾക്ക് എത്രയാണ് തരാനുള്ളത്?" ചിന്താക്കുഴപ്പത്തിലായ ഇടപാടുകാരൻ അവസാനം ചോദിക്കും.

"ഒരു റൂബിളും എഴുപത് കോപ്പക്കും... ഇപ്പോൾ നിങ്ങൾ ഒരു റൂബിൾ മാത്രം തന്നാൽ മതി. അല്ലെങ്കിൽ വേണമെങ്കിൽ നിങ്ങൾ എഴുപത് കോപ്പക്ക് തന്നാലും മതി. നിങ്ങൾ മോഷ്ടിച്ചോ പാടുപെട്ട് ജോലി ചെയ്തോ കൈയിൽ ഇപ്പോൾ ഉള്ളതിലും കൂടുതൽ സമ്പാദ്യം ഉണ്ടാ ക്കുന്നതുവരെ ഞാൻ കാത്തിരിക്കാം. അതു എനിക്ക് ഒരു പ്രശ്നമല്ല."

"നിങ്ങൾ ചെയ്യുന്ന ഉപകാരത്തിന് ഞാൻ വിനീതനായി നന്ദിപറയു ന്നു." ഇടപാടുകാരൻ മനസ്സിൽ തട്ടി പറയുന്നു. "സത്യത്തിൽ നിങ്ങൾ അനുകമ്പയുള്ള ഒരു മനുഷ്യനാണ്..... ജീവിതം നിങ്ങളെ വെറുതെ ശിക്ഷി ച്ചു. നിങ്ങളുടെ സ്വന്തം സ്ഥാനത്ത് നിങ്ങൾ എത്രമാത്രം ആദരണീയൻ ആയിരുന്നിരിക്കും!"

ക്യാപ്റ്റന് വാചകക്കസർത്തുകളുടെ അകമ്പടിയുള്ള ഗൗരവമുള്ള പ്രഭാഷണങ്ങൾ നടത്താതെ ജീവിക്കാൻ കഴിയുകയില്ല.

"എന്റെ സ്വന്തം സ്ഥാനം എന്ന് പറഞ്ഞാൽ അതിന്റെ അർത്ഥം എന്താണ്? സത്യത്തിൽ ഒരു മനുഷ്യനും അവന്റെ ജീവിതത്തിലെ അവന്റെ സ്വന്തം സ്ഥാനം അറിയുന്നില്ല. ഓരോരുത്തരും അവരവരുടെ കവച ങ്ങൾക്കുള്ളിലേക്ക് ഇഴഞ്ഞു കയറുന്നു. കച്ചവടക്കാരൻ ജുഡാസ്പെറ്റു നിക്കോവിന്റെ സ്ഥാനം കഠിനതടവിനുള്ള ജയിലാണ്. പക്ഷേ, ഇപ്പോഴും അയാൾ പകൽവെളിച്ചത്തിൽ കറങ്ങിനടക്കുന്നു. അതുകൂടാതെ ഒരു ഫാക്ടറി പണിതുയർത്താൻപോലും ഉദ്ദേശിക്കുന്നു. നമ്മുടെ അദ്ധ്യാപ കന്റെ സ്ഥാനം അയാളുടെ ഭാര്യയുടെയും അരഡസൻ കുട്ടികളുടെയും

സമീപത്ത് ആകേണ്ടതായിരുന്നു. പക്ഷേ, അയാൾ വാവിലോവിന്റെ മദ്യ ശാലയിൽ ചുറ്റിത്തിരിയുന്നു. ഇനി നിങ്ങളുടെ അവസ്ഥ നോക്കാം. നിങ്ങൾ ഒരു ചുമട്ടുകാരനോ ഹോട്ടലിലെ പരിചാരകനോ ആകാനുള്ള അവസരം അന്വേഷിക്കുന്നു.പക്ഷേ, നിങ്ങൾ പട്ടാളത്തിൽ ഒരു ഭടൻ ആകേണ്ടതാ യിരുന്നെന്ന് എനിക്ക് മനസ്സിലാക്കാൻ കഴിയുന്നുണ്ട്. കാരണം നിങ്ങൾ ഒരു വിഡ്ഢിയല്ല. നിങ്ങൾക്ക് ക്ഷമയുണ്ടെന്ന്, നിങ്ങൾക്ക് അച്ചടക്കം എന്താണെന്ന് മനസ്സിലാക്കാൻ കഴിയുന്നുണ്ട്. ജീവിതം നമ്മളെ ചീട്ടുക ശക്കുന്നതുപോലെ കൂട്ടിക്കലെർത്തുന്നു. നമ്മുടെ സ്വന്തം സ്ഥാനങ്ങളിൽ നമ്മൾ അല്പസമയത്തേക്ക് മാത്രം ആകസ്മികമായി വന്നുചേരുകയാ ണെന്ന് നിങ്ങൾ മനസ്സിലാക്കണം.

ഇത്തരം വിടപറയൽ പ്രസംഗങ്ങൾ പലപ്പോഴും ഇടപാടുകാരന്റെ അവസാനത്തെ ഫാർതിങ്വരെ ചെലവഴിക്കുന്ന മദ്യപാനത്തിലേക്ക് ഒരി ക്കൽക്കൂടി എത്തിച്ചേരുന്ന അവരുടെ പിരചയത്തിന്റെ തുടർച്ചയ്ക്കുള്ള ആമുഖമായി പലപ്പോഴും പ്രയോജനപ്പെടാറുണ്ട്. അതിനുശേഷം അവ രുടെ കൈയിൽ ഉള്ളതുമുഴുവൻ കുടിച്ചുതീർക്കുന്നതുവരെ അയാളെ സൽക്കരിക്കാൻ ക്യാപ്റ്റൻ തയ്യാറാകും.

ഇത്തരം പ്രവർത്തികളുടെ തുടർച്ച അവരുടെ ബന്ധത്തെ അല്പം പോലും ബാധിച്ചിരുന്നില്ല.

ക്യാപ്റ്റൻ സൂചിപ്പിച്ച അദ്ധ്യാപകൻ വീണ്ടും പാപം ചെയ്യാൻ വേണ്ടി മാത്രം നന്നാകുന്ന മറ്റ് പറ്റുവരവുകാരിൽ ഒരാളായിരുന്നു. അയാളുടെ ബുദ്ധിശക്തിക്ക് വേണം നന്ദി പറയാൻ; അയാൾ ക്യാപ്റ്റന്റെ അവസ്ഥ യോട് ഏറ്റവും അടുത്തുനില്ക്കുന്നവൻ ആയിരുന്നു. മദ്യശാലയിലെ തരം താണ ജീവിതത്തിലേക്ക് കൂപ്പുകുത്തിയതിനുശേഷം അതിൽനിന്ന് വീണ്ടും എഴുന്നേറ്റുവരാൻ അയാൾക്ക് കഴിയാതെ പോയതിന്റെ കാരണം ഒരുപക്ഷേ ഇതായിരിക്കാനുള്ള സാദ്ധ്യതയുണ്ട്. കാര്യങ്ങൾ മനസ്സിലാ ക്കുന്നുണ്ടെന്നുള്ള ഉറപ്പോടെ അരിസ്റ്റിഡ് കുവാൽഡായ്ക്ക് തത്ത്വചിന്താ പരമായി സംസാരിക്കാൻ കഴിയുന്നതു അയാളോട് മാത്രം ആയിരുന്നു. അയാൾ ഈ ബന്ധത്തെ വിലമതിച്ചിരുന്നു. വിരമിച്ച അദ്ധ്യാപകൻ പട്ട ണത്തിൽ സ്വന്തമായ ഒരു മൂല കണ്ടെത്താൻ വാടകവീട് ഉപേക്ഷിച്ച് പോകാൻ തയ്യാറായപ്പോൾ അരിസ്റ്റിഡ് കുവാൽഡാ അങ്ങേയറ്റത്തെ ദുഃഖ ത്തോടെ അയാളെ അനുഗമിച്ചു. അത് പതിവുപോലെ അവരുടെ പണം മുഴുവൻ കുടിച്ചുവറ്റിക്കുന്നതിൽ അവസാനിച്ചു. കുവാൽഡാ അദ്ധ്യാപ കൻ വാടകവീടൊഴിഞ്ഞ് പോകണമെന്ന് മനസ്സിൽ ആത്മാർത്ഥമായി ആഗ്രഹിച്ചിരുന്നില്ല. അത് സംഭവിക്കാതിരിക്കാൻ വേണ്ടി ഒരുപക്ഷേ ക്യാപ്റ്റൻ ഈ സൽക്കാരം മനഃപൂർവ്വം നടത്തിയതാവാൻ സാദ്ധ്യതയു ണ്ട്. അരിസ്റ്റിഡ് കുവാൽഡായെപ്പോലെ കുലീനനായ ഒരു മനുഷ്യന് (അ യാളുടെ സംസാരത്തിൽനിന്ന് ഈ കാര്യം വ്യക്തമായിരുന്നു) വിധിക്കനു സരിച്ച് അയാളുടെ അവസ്ഥയ്ക്ക് വ്യത്യാസം വരുമെന്ന് ആലോചിക്കാൻ കഴിഞ്ഞിരുന്നെങ്കിലും അദ്ധ്യാപകനെപ്പോലെ ഒരു മനുഷ്യൻ തന്റെ സമീ

പത്തുണ്ടാകേണ്ടതില്ലെന്ന് ആഗ്രഹിക്കാൻ കഴിയുമായിരുന്നോ? നമ്മുടെ കുറ്റങ്ങൾ മറ്റുള്ളവരിൽ കാണുമ്പോൾ നമുക്ക് സഹതപിക്കാൻ കഴിയും.

ഒരിക്കൽ ഈ അദ്ധ്യാപകൻ വോൾഗയുടെ അടുത്തുള്ള ഏതോ സ്ഥാപനത്തിൽ പഠിപ്പിച്ചിരുന്നു. പക്ഷേ, ഏതോ കഥയുടെ തുടർച്ചയായി അയാൾ അവിടെ നിന്നും പിരിച്ചുവിട്ടു. അതിനുശേഷം അയാളെ ഒരു തുകൽ സംസ്കരണശാലയിൽ ഗുമസ്തനായിരുന്നു. പക്ഷേ, വീണ്ടും ആ ജോലി അയാൾക്ക് ഉപേക്ഷിക്കേണ്ടി വന്നു. പിന്നീട് അയാൾ ഏതോ വായനശാലയുടെ സൂക്ഷിപ്പുകാരനായി. അതിനുശേഷം പല തൊഴിലു കളിലും ഏർപ്പെട്ടുകൊണ്ടിരുന്നു. ഒടുവിൽ നിയമപരീക്ഷകൾ വിജയിച്ച് അയാൾ വക്കീലായിത്തീർന്നു. പക്ഷേ, കുടി അയാളെ ക്യാപ്റ്റന്റെ വാട കവീട്ടിൽ എത്തിച്ചു. അയാൾക്ക് നല്ല പൊക്കം ഉണ്ടായിരുന്നു. നീണ്ടമൂക്കും കഷണ്ടിയും ഉണ്ടായിരുന്നു. അയാളുടെ മഞ്ഞനിറമുള്ള മെലിഞ്ഞ മുഖത്ത് അറ്റം കൂർത്തുനില്ക്കുന്ന താടി വളർന്നിരുന്നു. വലിയ കണ്ണുകൾ ആഴ മുള്ള ചുഴികളിൽ അസ്വസ്ഥതയോടെ തിളങ്ങിക്കൊണ്ടിരുന്നു. അയാളുടെ വായയുടെ അഗ്രങ്ങൾ വിഷാദത്തോടെ താഴോട്ടു ഞാന്നിറങ്ങിയിരുന്നു. അയാളുടെ ഭക്ഷണത്തിനുള്ള വക; കൂടുതൽ ശരിയായി പറഞ്ഞാൽ അയാ ളുടെ മദ്യത്തിനുള്ള വക അയാൾ സമ്പാദിച്ചിരുന്നത് പ്രാദേശിക പത്ര ത്തിന് വാർത്തകൾ എഴുതി അറിയിച്ചിട്ടായിരുന്നു. ചിലപ്പോൾ അയാൾ പതിനഞ്ച് റൂബിൾ വരെ സമ്പാദിച്ചു. ഇത് ക്യാപ്റ്റനെ ഏല്പിച്ചുകൊണ്ട് അയാൾ പറഞ്ഞു.

"ഇത് മതിയാക്കാം. ഞാൻ സംസ്കാരത്തിന്റെ മാറിടത്തിലേക്ക് തിരി ച്ചുപോകുകയാണ്. ഒരാഴ്ചത്തെ കഠിനാദ്ധ്വാനംകൊണ്ട് ഞാൻ മാന്യമായി വസ്ത്രം ധരിക്കും. പിന്നീട് മദ്യപിക്കുന്ന പ്രശ്നം ഇല്ല!"

"വളരെ നന്നായി! നിങ്ങളുടെ തീരുമാനത്തിൽ ഞാൻ ഹൃദയപൂർവ്വം അനുശോചിക്കുന്നു. ഈ ആഴ്ചയിൽ ഒരു ഗ്ലാസുപോലും ഞാൻ ഫിലി പ്പിന് തരത്തില്ല." ക്യാപ്റ്റൻ അയാൾക്ക് കർക്കശമായ മുന്നറിയിപ്പ് കൊടു ത്തു.

"നിങ്ങൾ ഒരുതുള്ളിപോലും തന്നില്ലെങ്കിൽ ഞാൻ നന്ദിയുള്ളവൻ ആയിരിക്കും."

ക്യാപ്റ്റൻ അയാളുടെ ശബ്ദത്തിൽ ഒരു യാചനയുടെ സ്വരം കേട്ടെ ങ്കിലും അയാൾ അത് കാര്യമാക്കിയില്ല.

"നിങ്ങൾ അലറിവിളിച്ചാലും അത് ഞാൻ നിങ്ങൾക്ക് തരില്ല."

"അപ്പോൾ നിങ്ങളുടെ ഇഷ്ടംപോലെ" അദ്ധ്യാപകൻ നെടുവീർപ്പിട്ടു കൊണ്ട് അയാളുടെ വാർത്താശേഖരണത്തിനു വേണ്ടി പുറത്തുപോയി. പക്ഷേ, രണ്ടുമൂന്നുദിവസം കഴിയുമ്പോൾ അയാൾ തിരിച്ചുവരും. സുഹൃ ത്തിന്റെ ഹൃദയത്തിൽ അനുകമ്പ തോന്നും എന്നുള്ള പ്രതീക്ഷയിൽ അയാൾ ഒളികണ്ണിട്ട് ക്യാപ്റ്റനെ നോക്കും.

ഇത്തരം അവസരങ്ങളിൽ ലഹരിയുടെ മൃഗീയമായ ആഹ്ലാദം എന്ന സ്വഭാവദൗർബല്യത്തെപ്പറ്റി ജീവൻ നഷ്ടപ്പെടുത്തുന്ന പരിഹാസത്തോടെ

ക്യാപ്റ്റൻ ഗൗരവത്തിൽ സംസാരിക്കാൻ തുടങ്ങും. അയാളോട് മനുഷ്യൻ നീതി കാണിക്കണം. മാർഗ്ഗദർശിയുടെയും സന്മാർഗ്ഗിയുടെയും ഭാഗം അഭി നയിക്കുന്നതിൽ അയാൾക്ക് ആകർഷണം ഉണ്ടായിരുന്നു. പക്ഷേ, താമ സക്കാർ അയാളോട് ഗൗരവത്തിലായിരുന്നു. അയാളുടെ ഉപദേശം മുതൽ പശ്ചാത്താപം വരെ അവിശ്വാസത്തോടെ കേട്ടുകൊണ്ടിരുന്നതിനുശേഷം ഒരു വശത്തേക്ക് മാറിനിന്ന് അവർ രഹസ്യം പറയും:

"ചതിയൻ, അതിസാമർത്ഥ്യക്കാരൻ, തെമ്മാടി, ഞാൻ ഇത് നിങ്ങ ളോട് പറഞ്ഞിരുന്നു. പക്ഷേ, നിങ്ങൾ കേട്ടില്ല. ഇത് നിങ്ങളുടെ കുറ്റംത ന്നെയാണ്.

സത്യത്തിൽ അദ്ദേഹം നല്ല ഒരു പട്ടാളക്കാരനാണ്. അദ്ദേഹം മുന്നിൽ പോകും. എന്നിട്ട് താൻ പിന്നിട്ട വഴികളിലേക്ക് തിരിഞ്ഞുനോക്കി പരി ശോധിക്കും!"

അതിനുശേഷം പിന്നീട് ഒരുദിവസം അദ്ധ്യാപകൻ അയാളുടെ സുഹൃത്തിനെ ഏതെങ്കിലും മൂലയിൽ കണ്ടെത്തുന്നതുവരെ തലങ്ങും വിലങ്ങും അന്വേഷിച്ചു നടക്കും. ക്യാപ്റ്റന്റെ വൃത്തികെട്ട കോട്ടിൽ കയ റിപ്പിടിച്ചുകൊണ്ട് വിറയലോടെ അയാൾ തന്റെ വരണ്ട ചുണ്ടുകൾ നക്കി ത്തുടച്ചു. വ്യക്തമായി വാക്കുകൾ ഉച്ചരിക്കാതെ ക്യാപ്റ്റന്റെ മുഖത്തേക്ക് ദുഃഖം നിഴലിക്കുന്ന ഒരു നോട്ടം അയാൾ നോക്കി.

"നിങ്ങൾക്ക് പറ്റുന്നില്ലേ?" ക്യാപ്റ്റൻ ദുഃഖത്തോടെ ചോദിച്ചു.

അദ്ധ്യാപകൻ മറുപടിയായി അയാളുടെ തല നെഞ്ചിലേക്ക് കുനി ച്ചു. ഈ സമയത്തെല്ലാം അയാളുടെ ഉയരമുള്ള മെലിഞ്ഞ ശരീരം വിറ ച്ചുകൊണ്ടിരുന്നു.

"ഒരുദിവസം കൂടി കാത്തിരിക്കൂ. ഒരുപക്ഷേ അപ്പോഴേക്കും നിങ്ങൾക്ക് എല്ലാം ശരിയാകും.," കുവാൽഡാ നിർദ്ദേശിച്ചു. അദ്ധ്യാപ കൻ നെടുവീർപ്പിട്ടതിനുശേഷം നിരാശയോടെ തലകുലുക്കി.

പോക്കറ്റിൽനിന്നും പണം പുറത്തെടുക്കാൻ ശ്രമിക്കുമ്പോൾ കൂട്ടു കാരന്റെ മെലിഞ്ഞ ശരീരം വിഷത്തിനുവേണ്ടിയുള്ള ദാഹംകൊണ്ട് വിറ യ്ക്കുന്നത് ക്യാപ്റ്റൻ കണ്ടു.

"കൂടുതൽ സന്ദർഭങ്ങളിലും വിധിക്ക് എതിരായി പോരാടാൻ കഴി യില്ല." ആരുടെയോ മുന്നിൽ സ്വയം ന്യായീകരിക്കാൻ ശ്രമിക്കുന്നമട്ടിൽ അദ്ധ്യാപകൻ പറഞ്ഞു. പക്ഷേ, അദ്ധ്യാപകൻ ഒരാഴ്ച പൂർണ്ണമായും സ്വയം നിയന്ത്രിക്കുകയാണെങ്കിൽ പതിവുപോലെ വാവിലോവിന്റെ ഭക്ഷ ണശാലയിൽ അവസാനിക്കുന്ന വളരെ ഹൃദയസ്പർശിയായ ഒരു വിടപ റയൽ രംഗം അരങ്ങേറുമായിരുന്നു. അദ്ധ്യാപകൻ ഇപ്പോൾ അയാളുടെ പണം മുഴുവൻ ചെലവാക്കിയില്ല. പക്ഷേ, ഏറ്റവും കുറഞ്ഞത് പകുതി പണമെങ്കിലും പ്രധാനവഴിയിലെ കുട്ടികൾക്കുവേണ്ടി അയാൾ ചെലവാ ക്കി. പാവങ്ങൾ മക്കളുടെ കാര്യത്തിൽ എന്നും സമ്പന്നരാണ്. നേരം വെളു ത്താൽ ഇരുട്ടുന്നതുവരെ നഗരമായ കുട്ടികളുടെ വിശന്നുതളർന്ന വൃത്തി കെട്ട സംഘങ്ങൾ ഈ തെരുവിലെ കുഴികളിലും ചവറുകൂനകളിലും ചുറ്റി

ത്തിരിയുന്നുണ്ടാകും. കുട്ടികൾ ഭൂമിയുടെ ജീവനുള്ള പുഷ്പങ്ങളാണ്. പക്ഷേ, ആ പൂക്കൾ വിടർന്നപ്പോൾത്തന്നെ നിറംമങ്ങിയപ്പോയിരിക്കുന്നു. കാരണം അവ വളർന്നത് വളം ഇല്ലാത്ത മണ്ണിലാണ്. പലപ്പോഴും അദ്ധ്യാ പകൻ അവരെ അയാളുടെ അടുത്തേക്ക് വിളിച്ചുവരുത്തും. അവർ അയളെ പൊതിയും. അയാൾ അവർക്ക് റൊട്ടിയും മുട്ടയും ആപ്പിളും അണ്ടിപ്പ രിപ്പും വാങ്ങിക്കൊടുക്കും. പിന്നീട് അവരെ നദിക്കരയിലുള്ള പാടത്തേക്ക് കൊണ്ടുപോകും. അവർ അവിടെ ഇരുന്ന് അയാൾ കൊടുത്തതെല്ലാം ആർത്തിയോടെ തിന്നുതീർക്കും. അതിനുശേഷം പാടത്ത് ഒരു മൈൽ ചുറ്റളവിൽ കൂക്കുവിളികളും പൊട്ടിച്ചിരിയും നിറച്ചുകൊണ്ട് അവർ കളി ക്കാൻ തുടങ്ങും. ഈ ചെറിയ മനുഷ്യർ അവരുടെ പ്രായത്തിലുള്ള ഒരാ ളെപ്പോലെ പരിഗണിക്കുന്ന മദ്യപാനിയുടെ ഉയരമുള്ള മെലിഞ്ഞ രൂപം അവർക്കുമുകളിൽ ഉയർന്നുനില്ക്കും. അവർ അയാളെ ഫിലിപ്പ് എന്ന് വിളിച്ചു. അയാളുടെ പേരിനോടൊപ്പം അമ്മാവൻ എന്ന് കൂട്ടിച്ചേർക്കാൻ അവർ കൂട്ടാക്കിയില്ല. ചെറിയ കാട്ടുമൃഗങ്ങളെപ്പോലെ അവർ അയാൾക്കു ചുറ്റും കളിച്ചുകൊണ്ടിരുന്നു. അയാളുടെ പുറത്തു ചാടിക്കയറി അയാ ളുടെ കഷണ്ടിത്തലയിൽ താളംപിടിച്ചു. അയാളുടെ മൂക്കിൽ പിടിച്ച് വലിച്ചു. അവരുടെ സ്വാതന്ത്ര്യത്തെ അയാൾ എതിർക്കാത്തതിന്റെ കാരണം ഇതെല്ലാം അയാളെ സന്തോഷിപ്പിച്ചിരുന്നതുകൊണ്ട് ആയിരി ക്കാം. അയാൾ അവരോട് വളരെക്കുറച്ച് മാത്രമേ സംസാരിച്ചുള്ളൂ. സംസാ രിക്കുന്ന സമയത്ത് അയാൾ വളരെ ശ്രദ്ധയോടെയാണ് സംസാരിച്ചിരു ന്നത്. അയാളുടെ വാക്കുകൾ അവരെ നശിപ്പിക്കുകയോ കളങ്കപ്പെടുത്തു കയോ ചെയ്യുമെന്ന് അയാൾ ഭയക്കുന്നതായി തോന്നി. അവരുടെ ജീവ നുള്ള മുഖങ്ങളെ അയാളുടെ മ്ലാനതനിറഞ്ഞ കണ്ണുകൾകൊണ്ട് അയാൾ ശ്രദ്ധിച്ചുകൊണ്ടിരിക്കും. അങ്ങനെ അവരുടെ കളിക്കോപ്പും ചങ്ങാതിയു മായി മാറിക്കൊണ്ട് അയാൾ മണിക്കൂറുകൾ കഴിച്ചുകൂട്ടും. പിന്നീട് അയാൾ എന്തൊക്കെയോ ചിന്തിച്ചുകൊണ്ട് വാവിലോവിന്റെ ഭക്ഷണശാലയിലേക്ക് സാവധാനം നടക്കും. അവിടെ അയാൾ തന്റെ എല്ലാ ഇന്ദ്രിയങ്ങളും അയാ ളിൽനിന്ന് അകന്നുപോകുന്നതുവരെ നിശ്ശബ്ദനായിരുന്ന് അതിവേഗത്തിൽ മദ്യപിക്കും.

മിക്കവാറും എല്ലാ ദിവസവും പത്രത്തിനുള്ള റിപ്പോർട്ടുകൾ അയച്ച തിനുശേഷം ഒരു പത്രം അയാൾ വാടകവീട്ടിലേക്ക് കൊണ്ടുവരും. അപ്പോൾ ഒരിക്കൽ മനുഷ്യരായിരുന്ന എല്ലാ ജന്തുക്കളും അയാൾക്കു ചുറ്റുമായി കൂട്ടംകൂടും. അയാളെ കാണുമ്പോൾ മുഷിഞ്ഞ് കീറിപ്പറിഞ്ഞ വേഷം ധരിച്ച ദയനീയവും നികൃഷ്ടവുമായ അവസ്ഥയിലുള്ള ഈ ജന്തു ക്കളെല്ലാം മുറ്റത്തിന്റെ പല മൂലകളിൽനിന്നും എഴുന്നേറ്റ് മുന്നോട്ടുവരും. ചിലർ കുടിച്ചിരിക്കും. ചിലർക്ക് കുടിച്ചതിന്റെ തലവേദനയുണ്ടായിരിക്കും. പിന്നീട് വീപ്പക്കുറ്റിപൊലുള്ള തടിയൻ അലക്സി മാക്സിമോവിച്ച് സിംസോവ് വരും. മുമ്പ് അയാൾ സംയോജനവകുപ്പിൽ വരുന്ന വന പരിശോധകൻ ആയിരുന്നു. പക്ഷേ, ഇപ്പോൾ അയാൾ തീപ്പെട്ടിയും

മഷിയും ചെറുനാരങ്ങയും കച്ചവടം നടത്തിക്കൊണ്ടിരിക്കുന്നു. അയാൾ പരുക്കൻ തുണിയിലുള്ള ഒരു കോട്ടും വീതികൂടിയ അരികുകളുള്ള ഒരു തൊപ്പിയും ധരിക്കുന്ന അറുപതുവയസ്സുള്ള ഒരു വൃദ്ധൻ ആയിരുന്നു. അയാളുടെ തൊപ്പിയുടെ എണ്ണ പുരണ്ട അരികുകൾ കൊഴുത്തു തടിച്ച ചുവന്ന മുഖത്തെ ഒളിപ്പിച്ചുവെച്ചിരിക്കുന്നു. അയാൾക്ക് ഇടതൂർന്ന നരച്ച താടി ഉണ്ടായിരുന്നു. അതിനുള്ളിൽനിന്നും ഒരു ചെറിയ ചുവന്ന മൂക്ക് സന്തോഷത്തോടെ അന്തരീക്ഷത്തിലേക്ക് ഉയർന്നുവന്നു. അവർ അയാളെ മൂങ്ങ എന്നു വിളിച്ചു. അയാളുടെ ഉരുണ്ട രൂപത്തെയും മുഴക്കമുള്ള ശബ്ദ ത്തെയും നല്ല രീതിയിൽ വിശദീകരിക്കുന്ന ഒരു പേര്. അതിനുശേഷം ഏതെങ്കിലും ഒരു മൂലയിൽനിന്ന് കനറ്റ്സ് പ്രത്യക്ഷപ്പെടും— ഇരുണ്ട നിറ മുള്ള നിശ്ശബ്ദനായ ഒരു മദ്യപാനി. പിന്നീട് ജയിലിലെ മുൻ ഭരണക്കാ രൻ ലുക്ക ആന്റനോവിച്ച് മാർത്യനോവ്— "റംസ്ഷോക്കയും" "ട്രിലിസ് ടിക്കയും" "ബാങ്കോവ്കയും" അതുപോലെയുള്ള മറ്റ് പലതരം ചുതുക ളികളുടെയും മുകളിൽ ജീവിച്ചുപോരുന്ന പൊലീസിന് വലിയ ബഹുമാനം ഒന്നും ഇല്ലാത്ത ഒരു മനുഷ്യൻ. അദ്ധ്യാപകന്റെ പിന്നിലായി അയാൾ പുല്ലിനുമുകളിൽ വന്നുവീണതിനുശേഷം മുഖം തിരിച്ച് തലചൊറിഞ്ഞു കൊണ്ട് താഴ്ന്ന ശബ്ദത്തിൽ ചോദിക്കും. "ഞാൻ ഇവിടെ ഇരുന്നോട്ടെ?"

പിന്നീട് പാവൽ സോൾട്ട് സവ് ക്ഷയരോഗംകൊണ്ട് കഷ്ടപ്പെടുന്ന ഒരു മുപ്പതുകാരൻ. അയാളുടെ ഇടതുവശത്തെ വാരിയെല്ലുകൾ ഒരു വഴ ക്കിനിടയിൽ ഒടിഞ്ഞിരുന്നു. കുറുക്കന്റെ മുഖം പോലെയുള്ള അയാളുടെ കുർത്തമഞ്ഞനിറമുള്ള മുഖത്ത് എപ്പോഴും പക നിഴലിക്കുന്ന ഒരു പുഞ്ചിരി ഉണ്ടാകും. അയാളുടെ നേർത്ത ചുണ്ടുകൾ തുറന്നു കഴിഞ്ഞാൽ ദ്രവിച്ചു തുടങ്ങിയ രണ്ടു നിര കറുത്ത പല്ലുകൾ പുറത്ത് വെളിപ്പെടുത്തപ്പെടും. അയാൾ ഒരു പ്രത്യേകതരം പുല്ലിൽനിന്നും സ്വയം നിർമ്മിക്കുന്ന നല്ല ബലമുള്ള ചൂലുകൾ നാടുനീളെ കൊണ്ടുനടന്ന് കച്ചവടം നടത്തി. അവർ അയാളെ 'അബൈഡോക്' എന്ന് വിളിച്ചു.

അതിനുശേഷം ഇടതുകണ്ണിന് കോങ്കണ്ണുള്ള മെലിഞ്ഞ എല്ലുന്തിയ മനുഷ്യൻ വരും. അയാളുടെ കണ്ണുകളിൽ ഭയം തളം കെട്ടിനില്ക്കുന്നു ണ്ടാവും. അയാളെപ്പറ്റി ആർക്കും ഒന്നും അറിയില്ല. അയാൾ നിശ്ശബ്ദനും ഭീരുവും ആയിരുന്നു. മൂന്നുതവണ കീഴ്ക്കോടതിയിലും മേല്ക്കോടതി യിലും മോഷണത്തിന് ശിക്ഷിക്കപ്പെട്ട് അയാൾ ജയിലിൽ കഴിഞ്ഞിട്ടു ണ്ട്. അയാളുടെ കുടുംബപ്പേര് കിസൽനിക്കോവ് എന്നായിരുന്നു. പക്ഷേ, അവർ അയാളെ "ടരസ് വികാരി" എന്നുവിളിച്ചു. കാരണം, അയാൾക്ക് അയാളുടെ സുഹൃത്ത് ശെമ്മാച്ചൻ ടരസിനേക്കാൾ ഒരു തലപ്പൊക്കം ഉയരം കൂടുതൽ ഉണ്ടായിരുന്നു. ശെമ്മാച്ചൻ ടരസിനെ അയാളുടെ ദുർന്ന ടപ്പും മദ്യപാനവും കണക്കിലെടുത്ത് അയാളുടെ ഓഫീസിൽനിന്നും തരം താഴ്ത്തിയിരുന്നു. ശെമ്മാച്ചൻ ഒരു ഒട്ടക്കാരന്റെ നെഞ്ചും ഉറച്ച കഴുത്തു മുള്ള കരുത്തുള്ള ഒരു മനുഷ്യൻ ആയിരുന്നു. അയാൾ വൈദഗ്ദ്ധ്യ ത്തോടെ നൃത്തം ചെയ്തു, അതിനേക്കാൾ വൈദഗ്ദ്ധ്യത്തോടെ സാക്ഷി

പറഞ്ഞു. അയാളും വികാരിയും നദിക്കരയിലെ കാട്ടിൽ ജോലി ചെയ്തി
രുന്നു. ജോലി ഇല്ലാത്ത സമയങ്ങളിൽ കൂട്ടുകാരെക്കിട്ടിയില്ലെങ്കിൽ പറ
യുന്നത് ശ്രദ്ധിച്ചു കേൾക്കുന്ന ആരോടെങ്കിലും അയാൾ കഥകൾ പറ
ഞ്ഞു. ഈ കഥകളെ അയാൾ "എന്റെ സ്വന്തം രചനകൾ" എന്നാണ് പറ
ഞ്ഞുവന്നിരുന്നത്. പുണ്യവാളന്മാരും രാജാക്കന്മാരും പട്ടാളമേധാവികളും
പുരോഹിതന്മാരും മാത്രം കഥാനായകന്മാരാകുന്ന അയാളുടെ കഥകൾ
കേട്ട് വാടകവീട്ടിലെ താമസക്കാർപോലും അത്ഭുതപ്പെട്ടു. നിർവ്വികാര
മായ മുഖഭാവത്തോടെ കണ്ണുചിമ്മിക്കൊണ്ട് കാമം നിറഞ്ഞു നില്ക്കുന്ന
അസംഭാവ്യമായ നാണംകെട്ട കഥകൾ പറയുന്ന ശെമ്മാച്ചന്റെ ഭാവന
യിൽ വിസ്മയം തോന്നിയിട്ട് അവർ അവരുടെ കണ്ണുതിരുമ്മി ഈ മനു
ഷ്യന്റെ ഭാവന അതിശക്തവും ഒരിക്കലും വറ്റാത്തതും ആയിരുന്നു.
രാവിലെ മുതൽ രാത്രിവരെ ഒരിക്കൽ പറഞ്ഞതുവീണ്ടും ഒരുപ്രാവശ്യം
പോലും ആവർത്തിക്കാതെ അയാൾക്ക് രചന തുടരാൻ കഴിയുമായിരു
ന്നു. അയാളുടെ ശബ്ദരചനകളിൽ ചില സമയത്ത് നിങ്ങൾക്ക് തെറ്റുകളി
ലേക്ക് വഴുതി വീണ കവിയെ കാണാൻ കഴിയും. ചിലപ്പോൾ കാമുകനെ
കാണാൻ കഴിയും. എന്തായാലും അയാൾ, പറയുന്ന കുറിക്കുകൊള്ളുന്ന
ശക്തമായ വാക്കുകൾകൊണ്ട് കഥകൾക്ക് കൂടുതൽ തന്മയത്വം നല്കു
ന്നതിൽ അയാൾ എപ്പോഴും വിജയിച്ചു.

കുവാൽഡാ മിറ്റിയോർ എന്ന് പേരുള്ള മറ്റൊരു വിഡ്ഢിയായ ചെറു
പ്പക്കാരനും അവിടെ ഉണ്ടായിരുന്നു. അയാൾ ഒരു രാത്രി കഴിച്ചുകൂട്ടാൻ
വേണ്ടി വാടകവീട്ടിൽ വന്നു. അന്നുമുതൽ അവരെയെല്ലാം അത്ഭുതപ്പെ
ടുത്തിക്കൊണ്ട് അയാൾ അവരോടൊപ്പം താമസമായി. ആദ്യമൊക്കെ
അവർ അയാളെ കാര്യമായി ഗൗനിച്ചില്ല. പകൽസമയത്ത് മറ്റുള്ളവരെ
പ്പോലെ ആഹാരം അന്വേഷിച്ച് അയാൾ ദൂരെപോയി. പക്ഷേ, രാത്രിയിൽ
അയാൾ അയാളുടെ സൗഹൃദസംഘത്തിനു ചുറ്റും അലഞ്ഞുതിരിഞ്ഞു.
ഒടുവിൽ ക്യാപ്റ്റന്റെ ശ്രദ്ധയിൽപ്പെടുന്നതുവരെ അയാൾ ഇത് തുടർന്നു.
"എടാ ചെറുക്കാ, നിനക്ക് ഇവിടെ ഈ ഭൂമിയിൽ എന്താണ് ഇട
പാട്?"

ചെറുക്കൻ തന്റേടത്തോടെ സാഹസികമായി മറുപടി പറഞ്ഞു.
"ഞാനൊരു ഗതിയില്ലാത്ത നാടുതെണ്ടിയാണ്."

ക്യാപ്റ്റൻ കുറ്റവിചാരണ നടത്തുന്നമട്ടിൽ അയാളെ നോക്കി. ഈ
ചെറുപ്പക്കാരന് നീണ്ട തലമുടിയും ഉന്തിനില്ക്കുന്ന കവിളെല്ലുകളും
ഉയർന്ന മൂക്കുമുള്ള ഒരു മന്ദബുദ്ധിയുടെ മുഖം ഉണ്ടായിരുന്നു. അയാൾ
അരപ്പട്ടയില്ലാത്ത ഒരു നീലവേഷമാണ് ധരിച്ചിരുന്നത്. തലയിൽ ഒരു
വൈക്കോൽ തൊപ്പിയുടെ അവശിഷ്ടങ്ങൾ ഉണ്ടായിരുന്നെങ്കിലും അയാ
ളുടെ പാദങ്ങൾ നഗ്നമായിരുന്നു.

"നീ ഒരു വിഡ്ഢിയാണ്." അരിസ്റ്റിഡ് കുവാൽഡാ തീരുമാനിച്ചു.
"നീ എന്തുകാര്യത്തിനുവേണ്ടിയാണ് ഇവിടെ ചുറ്റിത്തിരിയുന്നത്? നിന്നെ
ക്കൊണ്ട് ഞങ്ങൾക്ക് യാതൊരു പ്രയോജനവും ഇല്ല... നീ വോഡ്ക കുടി

ക്കുമോ?.,.. ഇല്ല? ശരി അപ്പോൾ നിനക്ക് മോഷ്ടിക്കാൻ പറ്റുമോ?" വീണ്ടും "ഇല്ല." എവിടെയെങ്കിലും പോയി എന്തെങ്കിലും പഠിച്ചിട്ട് ആണുങ്ങളെ പ്പോലെ തിരിച്ചു വരൂ.."

ചെറുപ്പക്കാരൻ പുഞ്ചിരിച്ചു.

"ഇല്ല. ഞാൻ നിങ്ങളുടെ കൂടെ ജീവിക്കും."

"എന്തു കാര്യത്തിന്.."

"വെറുതെ.,"

'ഓ! നിന്റെ പേര്... മെറ്റിയോർ എന്നല്ലേ?"

"ഞാൻ അവന്റെ പല്ലടിച്ച് താഴെയിടാം." മാർട്ടുനോവ് പറഞ്ഞു.

"എന്ത് കാര്യത്തിന്?" ചെറുപ്പക്കാരൻ ചോദിച്ചു.

"വെറുതെ.."

"ഞാൻ ഒരു കല്ലെടുത്ത് നിങ്ങളുടെ തല ഇടിച്ചുപൊട്ടിക്കും. ചെറു പ്പക്കാരൻ ആദരവോടെ മറുപടി പറഞ്ഞു.

കുവാൽഡാ ഇടയ്ക്കുകയറി തടസ്സം പിടിച്ചില്ലായിരുന്നെങ്കിൽ മാർട്ടു നോവ് അവന്റെ എല്ലൊടിക്കുമായിരുന്നു.

"അവനോട് ഇടപെടാതിരിക്കാം.. അവനു മാത്രമല്ല നമുക്കുപോലും ഇത് ഒരു വീടാണെന്ന് പറയാൻ പറ്റുന്നില്ല. ഉണ്ടോ? അവന്റെ പല്ലടിച്ച് താഴെയിടാൻ തക്കതായ കാരണമൊന്നും നിങ്ങൾക്ക് ഇല്ല. നമ്മളോടൊപ്പം ജീവിക്കുന്നതിന് അവനുള്ളതിലും മെച്ചപ്പെട്ട കാരണമൊന്നും നിങ്ങൾക്കും ഇല്ല."

"ശരി, അപ്പോൾ അവൻ പോയി തുലയട്ടെ! .... നമ്മൾ എല്ലാവരും ഈ ലോകത്ത് ജീവിക്കുന്നത് തക്കതായ കാരണമൊന്നും ഇല്ലാതെയാണ്... നമ്മൾ എന്തിനാണ് ജീവിക്കുന്നത്. വെറുതെ! അവനും വെറുതെ ജീവി ക്കുന്നു. അവൻ വെറുതെ ജീവിച്ചോട്ടെ.."

"പക്ഷേ, ഞങ്ങളുടെ അടുത്ത് നിന്ന് പോകുന്നതാണ് നിനക്ക് കൂടു തൽ നല്ലത്. വിഷാദം നിറഞ്ഞ കണ്ണുകൾകൊണ്ട് ചെറുപ്പക്കാരനെ അടി മുടി നോക്കിയതിനുശേഷം അദ്ധ്യാപകൻ ഉപദേശിച്ചു. അവൻ മറുപടി പറഞ്ഞില്ല. പക്ഷേ, അവൻ അവിടെനിന്നും താമസം മാറിയതുമില്ല. അവർ വളരെപെട്ടെന്ന് അവന്റെ സാന്നിദ്ധ്യവുമായി പൊരുത്തപ്പെട്ടു. പിന്നീട് അവർ അവനെ ശ്രദ്ധിക്കാതെയായി. പക്ഷേ, എല്ലാകാര്യങ്ങളും ശ്രദ്ധിച്ചു കൊണ്ട് അവൻ അവർക്കിടയിൽ ജീവിച്ചു.

ക്യാപ്റ്റന്റെ അതിഥികളിലെ പ്രധാനപ്പെട്ട അംഗങ്ങൾ മേല്പറഞ്ഞ വർ ആയിരുന്നു. ക്യാപ്റ്റൻ അവർക്ക് അനുകമ്പ കലർന്ന പരിഹാസ ത്തോടെ 'ഒരിക്കൽ മനുഷ്യരായിരുന്ന ജന്തുക്കൾ' എന്ന് പേരിട്ടു. വിധി യുടെ കയ്പുനിറഞ്ഞ പരിഹാസം ഇവരോളംതന്നെ അനുഭവിച്ചിട്ടുള്ള മറ്റ് മനുഷ്യർ ഉണ്ടെങ്കിലും അവരാരും ഇത്രമാത്രം അധഃപതിച്ചിട്ടില്ല. സംസ് കാരസമ്പന്നരുടെ വർഗ്ഗത്തിൽപ്പെട്ട സാമാന്യം ഭേദപ്പെട്ട മനുഷ്യർ കൃഷി ക്കാരെക്കാൾ തരംതാണുപോകുന്നത് പതിവില്ലാത്ത കാര്യമല്ല. അതുകൂ ടാതെ നഗരം ദുഷിപ്പിച്ച മനുഷ്യൻ ഗ്രാമം ദുഷിപ്പിച്ച മനുഷ്യനെക്കാൾ

അളക്കാൻ പറ്റാത്തവിധത്തിൽ ചീത്തയാണെന്നുള്ളത് എല്ലാക്കാലത്തും സത്യമാണ്., കുവാൽഡായുടെ സങ്കേതത്തിലെ നല്ലരീതിയിൽവിദ്യാ ഭ്യാസം മുമ്പ് കിട്ടിയിട്ടുള്ള മനുഷ്യരും ഗ്രാമീണരും തമ്മിലുള്ള വ്യത്യാ സത്തിലൂടെ ഈ സത്യം ശ്രദ്ധേയമായ രീതിയിൽ വ്യക്തമായിട്ടുണ്ട്.

രണ്ടാമത് പറഞ്ഞ കൂട്ടരുടെ പ്രതിനിധിയായി ട്യാപ്പ എന്നുപേരുള്ള ഒരു വൃദ്ധൻ അവിടെ ഉണ്ടായിരുന്നു. മെലിഞ്ഞ് പൊക്കമുള്ള അയാളുടെ താടി നെഞ്ചത്ത് മൂടിയിരിക്കുന്നതിന്റെ കാരണം തല മുന്നോട്ട് കുനിഞ്ഞ രിക്കുന്നതാണ്. ക്യാപ്റ്റന്റെ ആദ്യത്തെ താമസക്കാരൻ അയാളായിരുന്നു. അയാൾ ധാരാളം പണം എവിടെയോ ഒളിപ്പിച്ചുവെച്ചിട്ടുണ്ടെന്നും അതെ ടുക്കാൻ വേണ്ടി ആരോ രണ്ട് വർഷം മുമ്പ് അയാളുടെ കഴുത്തിന് വെട്ടി യെന്നും പറയപ്പെടുന്നു. അന്നുമുതലാണ് അയാൾ തല ഇതുപോലെ കൊണ്ടുനടക്കുന്നതെന്നാണ് കഥ. അയാളുടെ കണ്ണുകൾക്ക് മുകളിലേക്ക് ഇടതൂർന്ന നരച്ച പുരികങ്ങൾ വീണുകിടന്നിരുന്നു. മുഖത്ത് നോക്കിയാൽ വളഞ്ഞ മൂക്കുമാത്രമാണ് കാണാൻ കഴിഞ്ഞിരുന്നത്. അയാളുടെ നിഴൽ കണ്ടാൽ ഒരാൾക്ക് ചട്ടുകത്തിന്റെ ഓർമ്മവരും. ഏതെങ്കിലും കാലത്ത് പണം ഉണ്ടായിരുന്നെന്നുപോലും അയാൾ സമ്മതിക്കില്ല. "ദുർവ്വിചാരം കൊണ്ടാണ് അവർ എന്റെ കഴുത്ത് വെട്ടാൻ ശ്രമിച്ചത്." അയാൾ പറ ഞ്ഞു. പിന്നീട് അന്നുമുതൽ അയാൾ പഴന്തുണി പെറുക്കുന്ന ജോലിയിൽ പ്രവേശിച്ചു. നിലത്തുനിന്നും കണ്ണെടുക്കാതെ അയാളുടെ തല കുനിഞ്ഞു പോയതിന്റെ കാരണം അതായിരുന്നു. അയാളുടെ തൊഴിലിനെ സൂചി പ്പിക്കുന്ന വടി കൈയിലും സഞ്ചി പുറത്തുമായി തലവിറപ്പിച്ചുകൊണ്ട് പുറത്തേക്ക് നടന്നു പോകുമ്പോൾ അയാൾ ഏറക്കുറെ ഭ്രാന്തിന്റെ അടു ത്തെത്തിയിട്ടുണ്ടെന്ന് തോന്നി. ഇത്തരം സന്ദർഭങ്ങളിൽ അയാളുടെ നേർക്ക് വിരൽ ചൂണ്ടിക്കൊണ്ട് കുവാൽഡാ ഇങ്ങനെ പറഞ്ഞു:

"നോക്കൂ, ആ പോകുന്നത് കച്ചവടക്കാരൻ ജൂഡാസ് പെറ്റുനിക്കോ വിന്റെ മനസ്സാക്ഷിയാണ്. രക്ഷപ്പെട്ട് പുറത്തുവന്ന മനസ്സാക്ഷി എത്രമാത്രം തരംതാണതും അഴുക്കുപുരണ്ടതും താറുമാറായതുമാണെന്ന് നോക്കൂ."

ട്യാപ്പ സാധാരണ അടഞ്ഞ ശബ്ദത്തിലാണ് സംസാരിക്കുന്നത്. അത് കേൾക്കാൻ കഴിയാറില്ല. അതുകൊണ്ടാണ് അയാൾ വളരെ കുറച്ച് സംസാ രിക്കുന്നതും തനിയെ ഇരിക്കാൻ ഇഷ്ടപ്പെടുന്നതും. പക്ഷേ, ഗ്രാമം ഉപേ ക്ഷിച്ചു പോരാൻ നിർബ്ബന്ധിതനായ ഒരു അപരിചിതൻ വാടകവീട്ടിൽ എപ്പോഴെങ്കിലും പ്രത്യക്ഷപ്പെടുമ്പോൾ ട്യാപ്പ കൂടുതൽ ദുഃഖിതനും അത്യു പ്തനും ആണെന്നു തോന്നി. അയാൾ രൂക്ഷമായ പരിഹാസങ്ങളും അട ക്കിപ്പിടിച്ച ചിരിയുമായി ആ ഭാഗ്യദോഷിയെ പിന്തുടർന്നു. അയാൾ ഒന്നു കിൽ ഏതെങ്കിലും തെണ്ടിയെക്കൊണ്ട് അയാളെ തെറി വിളിപ്പിച്ചു. അല്ലെ ങ്കിൽ ഭയന്നുപോയ നാട്ടുമ്പുറത്തുകാരൻ വാടകവീട്ടിൽനിന്നും എന്നെന്നെ ക്കുമായി അപ്രത്യക്ഷമാകുന്നതുവരെ അയാളെ അടിക്കുമെന്നും പിടിച്ചു പറിക്കുമെന്നും ട്യാപ്പ നേരിട്ട് ഭീഷണിപ്പെടുത്തുന്നു. ഗ്രാമീണനെ കാണാ തായിക്കഴിഞ്ഞാൽ അയാൾ നിശ്ശബ്ദനായി ഏതെങ്കിലും മൂലയിൽ ഇരുന്ന്

തന്റെ പഴന്തുണികൾ തുന്നിക്കൂട്ടുന്നത് തുടരും. അല്ലെങ്കിൽ അയാളുടെ പ്രായമുള്ള കീറിപ്പറിഞ്ഞ മുഷിഞ്ഞ ബൈബിൾ വായിച്ചുകൊണ്ടിരിക്കും. ഇരിക്കുന്ന മൂലയിൽനിന്നും പിന്നീട് അയാൾ എഴുന്നേല്ക്കുന്നത് അദ്ധ്യാ പകൻ വർത്തമാനപത്രം കൊണ്ടുവന്ന് വായിക്കാൻ തുടങ്ങുമ്പോൾ മാത്ര മായിരുന്നു. വായിച്ചതെല്ലാം പതിവ് തെറ്റിക്കാതെ നിശ്ശബ്ദനായിരുന്ന് ശ്രദ്ധി ച്ചുകേട്ടതിനുശേഷം ആരോടും ഒന്നും ചോദിക്കാതെ ട്യാപ്പ ഇടയ്ക്കിടയ്ക്ക് നെടുവീർപ്പിട്ടു. പക്ഷേ, പത്രം ഒരുതവണ വായിച്ചിട്ട് അദ്ധ്യാപകൻ അത് താഴെവെക്കാൻ ആലോചിക്കുമ്പോൾ ട്യാപ്പ എല്ലുംതോലുമായുള്ള കൈകൾ മുന്നോട്ടു നീട്ടിക്കൊണ്ട് പറഞ്ഞു. "അത് എനിക്കു വേണം."

"ഇത് നിങ്ങൾക്ക് എന്തിനാണ്?"

"അത് എനിക്കുവേണം... ഒരുപക്ഷേ, അതിൽ ഞങ്ങളെപ്പറ്റി എന്തെ ങ്കിലും കാര്യം കാണും.

"ആരെപ്പറ്റി?"

"നാട്ടുമ്പുറത്തെപ്പറ്റി."

അവർ പൊട്ടിച്ചിരിച്ചുകൊണ്ട് പത്രം അയാളുടെ നേർക്ക് എറിഞ്ഞു കൊടുക്കും. അയാൾ അത് പിടിച്ചെടുത്ത് ഗ്രാമത്തിലെ ഗോതമ്പു പാട ങ്ങൾ ആലിപ്പഴം പൊഴിഞ്ഞ് നശിച്ചുപോയതെങ്ങനെയാണെന്നും മറ്റൊരു ഗ്രാമത്തിൽ മൂന്നു വീടുകൾ തീപിടിത്തത്തിൽ നശിച്ചതെന്നും ഒരു മൂന്നാം തീയതി ഒരു സ്ത്രീ അവരുടെ കുടുംബത്തിന് വിഷം കൊടുത്തതെന്നും മറ്റുമുള്ള വാർത്തകൾ വായിച്ചു— സത്യത്തിൽ പതിവായി എഴുതിവിടാ റുള്ള എല്ലാ കാര്യങ്ങളും—മോശം കാര്യങ്ങളെന്നു പറയാവുന്ന എല്ലാ കാര്യങ്ങളും ശോചനീയമായ ഗ്രാമത്തിന്റെ ഏറ്റവും ദൗർഭാഗ്യകരമായ വശം മാത്രം ചിത്രീകരിക്കുന്ന കാര്യങ്ങൾ എന്ന് വേണമെങ്കിൽ പറയാം. ഇതെല്ലാം വായിച്ചുകഴിഞ്ഞ് ട്യാപ്പ അട്ടഹസിച്ചു. ഒരുപക്ഷേ, സഹതാപ ത്തിൽ നിന്നാവാം. ഒരുപക്ഷേ, ദുഃഖവാർത്തകളിൽ നിന്നുള്ള ആഹ്ലാദം കൊണ്ടാവാം.

എല്ലാ ഞായറാഴ്ചയും അയാൾ *ബൈബിൾ* വായിച്ച് സമയം കഴി ച്ചുകൂട്ടി. ആ ദിവസം പഴന്തുണിശേഖരിക്കാൻ വേണ്ടി ഒരിക്കലും അയാൾ പുറത്തു പോയില്ല. വായിച്ചുകൊണ്ടിരിക്കുമ്പോൾ അയാൾ തുടർച്ചയായി ഞരങ്ങി. ഇടതടവില്ലാതെ നെടുവീർപ്പിട്ടു. അയാൾ *ബൈബിൾ* നെഞ്ചോടു ചേർത്ത് പിടിച്ചിരിക്കും. ആരെങ്കിലും അയാളുടെ വായന തടസ്സപ്പെടു ത്തിയാൽ ആരെങ്കിലും *ബൈബിളിൽ* തൊട്ടാൽ അയാൾ ദേഷ്യപ്പെട്ടി രുന്നു.

"കുടിയൻ കരിങ്കാലി" കുവാൽഡാ അയാളോട് പറഞ്ഞു. "അതിൽ നിന്ന് നിങ്ങൾ എന്താണ് മനസ്സിലാക്കുന്നത്?"

"ഒന്നുമില്ല സാർ! എനിക്ക് ഒരുകാര്യവും മനസ്സിലാകില്ല. ഞാൻ മറ്റ് പുസ്തകമൊന്നും വായിക്കാറില്ല... പക്ഷേ, ഇത് ഞാൻ വായിക്കും...."

"അതുകൊണ്ടാണ് നിങ്ങൾ വിഡ്ഢിയാണെന്ന് പറയുന്നത്...." ക്യാപ്റ്റൻ ഉറപ്പിച്ച മട്ടിൽ പറഞ്ഞു. നിങ്ങളുടെ തലയ്ക്കുള്ളിൽ പ്രാണി

കൾ കടന്നാൽ അത് ബുദ്ധിമുട്ടാണെന്ന് നിങ്ങൾക്ക് അറിയാം. പക്ഷേ, അവിടെ എന്തെങ്കിലും ചിന്തകൾ കടന്നുവരികയാണെങ്കിൽ നിങ്ങൾ അതുകൊണ്ടു എങ്ങനെ ജീവിക്കും?"

"എനിക്ക് ഒരുപാടുകാലം ജീവിക്കാനില്ല." ട്യാപ്പ വളരെച്ചുരുക്കി മറുപടി പറഞ്ഞു.

ഒരിക്കൽ അയാൾ എങ്ങനെ വായിക്കാൻ പഠിച്ചെന്ന് അദ്ധ്യാപകൻ ചോദിച്ചു.

"ജയിലിൽവെച്ച്" ട്യാപ്പ ഒറ്റവാക്കിൽ മറുപടി പറഞ്ഞു.

"നിങ്ങൾ അവിടെ കഴിഞ്ഞിട്ടുണ്ടോ?"

"ഞാൻ അവിടെ കഴിഞ്ഞിട്ടുണ്ട്."

"എന്തിനായിരുന്നു?"

"അങ്ങനെ പറ്റി... അത് ഒരു തെറ്റ് പറ്റിയതായിരുന്നു.. പക്ഷേ ഞാൻ അവിടെ നിന്ന് പുറത്തുവന്നത് ഈ ബൈബിളും കൊണ്ടായിരുന്നു. എനിക്ക് ഇത് തന്നത് ഒരു സ്ത്രീയാണ്.... ജയിലിൽകഴിയുന്നത് നല്ലതാണ്."

"അങ്ങനെ തോന്നുന്നുണ്ടോ? എന്തുകൊണ്ട്?"

"അത് ഒരാളെ പലതും പഠിപ്പിക്കും... ഞാൻ വായിക്കാൻ പഠിച്ചത് അവിടെ ആയിരുന്നു.. ഈ ബുക്ക് എനിക്ക് കിട്ടിയതും അവിടെവെച്ചാ യിരുന്നു... ഇതെല്ലാം സൗജന്യമാണെന്നും നിങ്ങൾ ഓർക്കണം."

അദ്ധ്യാപകൻ വാടകവീട്ടിൽ പ്രത്യക്ഷപ്പെടുമ്പോൾ ട്യാപ്പ അവിടെ താമസമായിട്ട് കുറച്ചുകാലം കഴിഞ്ഞിരുന്നു. അദ്ധ്യാപകൻ ഏതുതരം മനുഷ്യനാണെന്ന് കണ്ടുപിടിക്കാൻ ശ്രമിക്കുന്നതുപോലെ ട്യാപ്പ കുറേ സമയം അയാളുടെ മുഖത്തേക്ക് നോക്കിക്കൊണ്ടുനിന്നു. ട്യാപ്പ പല പ്പോഴും അയാളുടെ സംസാരം ശ്രദ്ധിച്ചുകേട്ടു. ഒരിക്കൽ അദ്ധ്യാപകന്റെ അടുത്ത് ഇരിക്കുമ്പോൾ ട്യാപ്പ പറഞ്ഞു.

"നിങ്ങൾ വളരെയധികം കാര്യങ്ങൾ മനസ്സിലാക്കിയിട്ടുണ്ടെന്ന് എനിക്ക് മനസ്സിലായിട്ടുണ്ട്... നിങ്ങൾ *ബൈബിൾ* വായിച്ചിട്ടുണ്ടോ?"

"ഞാൻ അത് വായിച്ചിട്ടുണ്ട്..."

"എനിക്ക് അതു മനസ്സിലായി. എനിക്ക് മനസ്സിലായി... നിങ്ങൾക്ക് അത് ഓർമ്മിക്കാൻ കഴിയുന്നുണ്ടോ?"

"ഉണ്ട്.. അത് എനിക്ക് ഓർമ്മയുണ്ട്."

ഉടൻതന്നെ കിഴവൻ ഒരുവശത്തേക്ക് ചരിഞ്ഞ് മറ്റെയാളെ സംശയ ത്തോടെ ഗൗരവത്തിൽ നോക്കി.

"അവിടെ *അമാലികൈറ്റുകൾ ഉണ്ടായിരുന്നു. നിങ്ങൾ ഓർക്കു ന്നുണ്ടോ?"

"അവർ ഇപ്പോൾ എവിടെയാണ്?"

"അപ്രത്യക്ഷരായി.. നശിച്ചുപോയി."

---

*   പഴയനിമയത്തിലുള്ള ഗോത്രവർഗ്ഗങ്ങൾ

കിഴവൻ നിശ്ശബ്ദനായി കാത്തിരുന്നു. അതിനുശേഷം വീണ്ടും ചോദി
ച്ചു. *ഫെലിസ്ത്യർ എവിടെയാണ്?"

"അവരും..."

"ഇവരെല്ലാവരും മരിച്ചുപോയോ?"

"അതെ... എല്ലാവരും മരിച്ചുപോയി."

"അപ്പോൾ... നമ്മളും മരിച്ച് ഇല്ലാതാകും."

"നമ്മൾ എല്ലാവരും മരിച്ച് ഇല്ലാതാകുന്ന ഒരുകാലം വരും. അദ്ധ്യാ
പകൻ അലക്ഷ്യമായി പറഞ്ഞു.

"നമ്മൾ ഇസ്രയേലിലെ ഏത് ഗോത്രത്തിൽപ്പെട്ടവരാണ്?"

അദ്ധ്യാപകൻ അയാളുടെ മുഖത്ത് നോക്കിക്കൊണ്ട് സിത്തിയാനി
കളേപ്പറ്റിയും സ്ലാവ്സ്കളെപ്പറ്റിയും പറയാൻ ആരംഭിച്ചു.

കിഴവൻ അതോടെ കൂടുതൽ ഭയന്നുപോയി. അയാൾ അദ്ധ്യാപകന്റെ
മുഖത്തേക്ക് പെട്ടെന്ന് നോക്കി.

"നിങ്ങൾ കള്ളമാണ് പറയുന്നത്!" അദ്ധ്യാപകൻ സംസാരം അവ
സാനിപ്പിച്ചപ്പോൾ പുച്ഛത്തോടെ അയാൾ പറഞ്ഞു.

"ഞാൻ എന്തുകള്ളമാണ് നിങ്ങളോട് പറഞ്ഞത്?"

"നിങ്ങൾ *ബൈബിളിൽ* പറഞ്ഞിട്ടില്ലാത്ത ഗോത്രങ്ങളെപ്പറ്റിയാണ്
പറഞ്ഞത്."

ആഴത്തിൽ അപമാനിക്കപ്പെട്ടെന്ന തോന്നലിൽ ത്യാപ്പ ദേഷ്യത്തോടെ
ചാടി എഴുന്നേറ്റ് ദൂരത്തേക്ക് നടന്നുപോയി.

"ത്യാപ്പ, നിങ്ങൾക്ക് ഭ്രാന്തായിപ്പോകും." അയാൾ പോകുന്നതുകണ്ട്
അദ്ധ്യാപകൻ ദൃഢവിശ്വാസത്തോടെ വിളിച്ചുപറഞ്ഞു.

പിന്നീട് കിഴവൻ വീണ്ടും തിരിച്ചുവന്ന് കൈ വിടർത്തി അഴുക്കുപി
ടിച്ച വളഞ്ഞ കൈവിരലുകൾകൊണ്ട് അയാളെ ഭീഷണിപ്പെടുത്തി.

"ദൈവം ആദാമിനെ സൃഷ്ടിച്ചു. ആദാമിന്റെ പിന്മുറക്കാരായി ജൂത
കന്മാർ ഉണ്ടായി, അതിന്റെ അർത്ഥം എല്ലാ മനുഷ്യരും ജൂതന്മാരുടെ സന്ത
തിപരമ്പരകൾ ആണെന്നാണ്. ... നമ്മളും."

"അതിനെന്താണ്?"

"ടാർടാറുകൾ ഇസ്മയിലിന്റെ പിന്തുടർച്ചക്കാരാണ്. പക്ഷേ, അയാളും
ജൂതന്മാരിൽനിന്ന് വന്നവനാണ്."

"ഇതെല്ലാം നിങ്ങൾ എന്നോട് പറയുന്നത് എന്തു കാര്യത്തിനാണ്?"

"വെറുതെ! നിങ്ങൾ എന്നോട് കള്ളം പറഞ്ഞതുകൊണ്ടു മാത്രം!"
പിന്നീട് അയാൾ അമ്പരന്നുപോയ കൂട്ടുകാരനെ ഉപേക്ഷിച്ചിട്ട് നടന്നു
പോയി. പക്ഷേ, രണ്ടുദിവസംകഴിഞ്ഞ് ത്യാപ്പ വീണ്ടും വന്ന് അയാളുടെ
കൂടെ ഇരുന്നു.

"നിങ്ങൾ കാര്യങ്ങൾ മനസ്സിലാക്കിയിട്ടുണ്ട്... അപ്പോൾ നമ്മൾ
ആരുടെ പിന്തുടർച്ചക്കാരനാണെന്ന് എന്നോട് പറയില്ലേ? നമ്മൾ ബാബി
ലോണിയാക്കാരാണോ? അല്ലെങ്കിൽ നമ്മൾ ആരാണ്?"

---

*   പഴയനിമയത്തിലുള്ള ഗോത്രവർഗ്ഗങ്ങൾ

"ട്യാപ്പ, നമ്മൾ സ്ലാവ്സ്കൾ ആണ്" അയാളെ പറഞ്ഞു മനസ്സിലാ ക്കണമെന്ന ആഗ്രഹത്തോടെ മറുപടിക്കുവേണ്ടി ചെവികൂർപ്പിച്ച് കാത്തി രുന്നുകൊണ്ട് അദ്ധ്യാപകൻ പറഞ്ഞു,

"*ബൈബിളിന്റെ* അടിസ്ഥാനത്തിൽ വേണം സംസാരിക്കാൻ. അതിൽ ഇത്തരത്തിലുള്ള മനുഷ്യർ ഇല്ല." ട്യാപ്പ പറഞ്ഞു.

അതിനുശേഷം അദ്ധ്യാപകൻ *ബൈബിളിനെ* വിമർശിച്ചുകൊണ്ട് സംസാരിക്കാൻ തുടങ്ങി. കിഴവൻ കേട്ടുകൊണ്ടിരുന്നു.വളരെനേരം കഴിഞ്ഞ് അയാൾ അദ്ധ്യാപകനെ തടസ്സപ്പെടുത്തി.

"അല്പസമയം നിർത്തിവെക്കണം! അതായത് ദൈവത്തിന് അറി യാവുന്ന മനുഷ്യരുടെ കൂട്ടത്തിൽ റഷ്യാക്കാരില്ല. ശരിയല്ലേ? നമ്മളെ ദൈവത്തിന് അറിയില്ല. അങ്ങനെയല്ലേ? *ബൈബിളിൽ* പറഞ്ഞിട്ടുള്ളവരെ എല്ലാം ദൈവത്തിന് പരിചയമുണ്ട്... അദ്ദേഹം അവരെ എല്ലാം വാളും തീയുംകൊണ്ട് നശിപ്പിച്ചു. അവരുടെ നഗരങ്ങൾ അദ്ദേഹം നശിപ്പിച്ചു. പക്ഷേ, അവരെ ഉപദേശിക്കാൻ അദ്ദേഹം പ്രവാചകന്മാരെ അയച്ചു. അതിന്റെ അർത്ഥം അദ്ദേഹത്തിന് അവരോട് അനുകമ്പ ഉണ്ടായിരുന്നെ ന്നാണ്. ജൂതന്മാരെയും ടാർടാറുകളെയും അദ്ദേഹം ചിന്നഭിന്നമാക്കി... പക്ഷേ, നമ്മുടെ കാര്യം എന്താണ്? നമുക്ക് ഇതുവരെ പ്രവചിക്കാൻ ഇല്ലാ ത്തത് എന്താണ്?"

"ശരി എനിക്ക് അറിയില്ല!" കിഴവനെ പറഞ്ഞുമനസ്സിലാക്കാൻ ശ്രമി ച്ചുകൊണ്ട് അദ്ധ്യാപകൻ പറഞ്ഞു. പക്ഷേ, അയാൾ അദ്ധ്യാപകന്റെ തോളിൽ കൈയിട്ട് വളരെ സാവധാനത്തിൽ മുന്നോട്ടും പിന്നോട്ടും കുലു ക്കി. എന്തൊക്കെയോ ചില വസ്തുക്കൾ വിഴുങ്ങുന്നതുപോലെയൊരു ശബ്ദം അയാളുടെ തൊണ്ടയിൽ നിന്ന് പുറത്തുവന്നു.

"എന്നോട് പറയണം! നിങ്ങൾക്ക് എല്ലാം അറിയാവുന്നതുപോലെ. നിങ്ങൾ ധാരാളം സംസാരിക്കുന്നു. നിങ്ങളുടെ സംസാരം ശ്രദ്ധിക്കുന്നത് എന്നെ തളർത്തിക്കളയുന്നു.... നിങ്ങൾ എന്റെ ആത്മാവിനെ കൂടുതൽ ഇരുട്ടിലാക്കുന്നു. നിങ്ങൾ മിണ്ടാതിരുന്നെങ്കിൽ എനിക്ക് കൂടുതൽ സന്തോഷമാകുമായിരുന്നു. നമ്മൾ ആരാണ്? നമുക്ക് എന്തുകൊണ്ടാണ് പ്രവാചകൻ ഇല്ലാത്തത്? ഹേ.. ക്രിസ്തു ഭൂമിയിൽ നടന്നുകൊണ്ടിരുന്ന പ്പോൾ നമ്മൾ എവിടെയായിരുന്നു? നിങ്ങൾക്ക് മനസ്സിലായിട്ടുണ്ടോ? നിങ്ങൾ കള്ളം പറയുന്നു.. എല്ലാവരും മരിച്ച് മണ്ണടിയുമെന്ന് നിങ്ങൾ വിചാരിക്കുന്നുണ്ടോ? റഷ്യാക്കാർ ഒരിക്കലും അപ്രത്യക്ഷരാവില്ല.. നിങ്ങൾ കള്ളം പറയുകയാണ്. ഇത് *ബൈബിളിൽ* എഴുതിയിരുന്നു. റഷ്യാക്കാർക്ക് എന്ത് പേരായിരുന്നെന്ന് മാത്രം അതിന് അറിയില്ലായിരുന്നു. അവർ ഏതു തരം മനുഷ്യരാണെന്ന് നിങ്ങൾക്ക് അറിയാമോ? അവർക്ക് എണ്ണമില്ല. ഭൂമി യിൽ എത്രമാത്രം ഗ്രാമങ്ങൾ ഉണ്ട്? ഭൂമിയിൽ ജീവിക്കുന്ന മൊത്തം മനു ഷ്യരെയും പറ്റി ആലോചിച്ചുനോക്കൂ! മനുഷ്യൻ മരിക്കും. ഭൂമിയുടെ സ്രഷ്ടാവായ ദൈവത്തിന് പക്ഷേ, മനുഷ്യർ വേണമെന്നുണ്ട്! അമാലി ക്കൈറ്റുകൾ മരിച്ച് ഇല്ലാതാകില്ല. അവർ ഒന്നുകിൽ ജർമ്മൻകാർ ആണ്

അല്ലെങ്കിൽ ഫ്രഞ്ചുകാരാണ്... പക്ഷേ, നിങ്ങൾ പറയുന്നത്! അങ്ങനെ യാണെങ്കിൽ എന്തുകൊണ്ട് ദൈവം നമ്മളെ കൈയൊഴിഞ്ഞെന്ന് ഇപ്പോൾ എനിക്ക് പറഞ്ഞുതരണം. നമുക്ക് ഈശ്വരനിൽനിന്ന് ശിക്ഷക ളില്ലേ? പ്രവാചകന്മാർ ഇല്ലേ? അപ്പോൾ നമ്മളെ ഉപദേശിക്കാൻ ആരാ ണുള്ളത്?" ട്യാപ്പ ആവേശത്തോടെ തുറന്നു സംസാരിച്ചു. അയാളുടെ വാക്കുകളിൽ വിശ്വാസം ഉണ്ടായിരുന്നു. വളരെനേരമായി അയാൾ സംസാ രിച്ചുകൊണ്ടിരിക്കുകയായിരുന്നു. സാധാരണയായി മദ്യപിച്ച് സംസാരി ക്കാൻ പറ്റാത്ത അവസ്ഥയിൽ കാണപ്പെടുന്ന അദ്ധ്യാപകന് അയാളുടെ സംസാരം കൂടുതൽ സഹിക്കാൻ പറ്റില്ലായിരുന്നു. അയാൾ കിഴവന്റെ ചുളിവുവീണ മുഖത്തേക്ക് നോക്കി. കിഴവന്റെ വാക്കുകളുടെ അസാമാ ന്യമായ ശക്തി അയാൾക്ക് അനുഭവപ്പെട്ടു. പെട്ടെന്ന് അയാൾക്ക് അയാ ളോടുതന്നെ അനുകമ്പതോന്നാൻ തുടങ്ങി. കിഴവനെ ബോദ്ധ്യപ്പെടു ത്താൻ പറ്റുന്നതരത്തിൽ എന്തെങ്കിലും വ്യക്തമായി പറഞ്ഞുകൊടുക്കാൻ അയാൾ ആഗ്രഹിച്ചു. അതിനുകഴിഞ്ഞിരുന്നെങ്കിൽ ട്യാപ്പയെ അയാളുടെ പക്ഷത്ത് കൊണ്ടുവന്നിട്ട് പറഞ്ഞുവിടാൻ കഴിയുമായിരുന്നു. അയാൾ ഇതിനെപ്പറ്റി സത്യസന്ധമായി ഗൗരവത്തോടെ സംസാരിക്കാൻ ആഗ്ര ഹിച്ചില്ല. ഒരു അച്ഛനെപ്പോലെ മൃദുലമായ ശബ്ദത്തിൽ സംസാരിക്കാനാണ് അയാൾ ആഗ്രഹിച്ചത്. നെഞ്ചിൽനിന്നും തൊണ്ടയിലേക്ക് എന്തോ ഉയർന്നുവരുന്നതായി അദ്ധ്യാപകന് തോന്നി... പക്ഷേ, അയാൾക്ക് ശക്ത മായ വാക്കുകളൊന്നുംതന്നെ കണ്ടെത്താൻ കഴിഞ്ഞില്ല.

"നിങ്ങൾ എന്തുതരം മനുഷ്യനാണ്? നിങ്ങളുടെ മനസ്സ് തകർന്നു തരിപ്പണമായെന്ന് തോന്നുന്നു. എന്നിട്ടും നിങ്ങൾക്ക് എന്തൊക്കെയോ അറിയാമെന്നുള്ളമട്ടിൽ നിങ്ങൾ സംസാരം തുടർന്നുകൊണ്ടിരിക്കുന്നു. നിങ്ങൾ നിശ്ശബ്ദനായിരിക്കുന്നതായിരുന്നു കൂടുതൽ നല്ലത്..."

"ട്യാപ്പ, നിങ്ങൾ പറഞ്ഞത് സത്യമാണ്." അദ്ധ്യാപകൻ ദുഃഖത്തോടെ പറഞ്ഞു. "മനുഷ്യരെപ്പറ്റി... നിങ്ങൾ പറഞ്ഞത് ശരിയാണ്. അവർക്ക് എണ്ണമില്ല. പക്ഷേ, ഞാൻ അവർക്ക് ഒരു അപരിചിതനാണ്... കൂടാതെ അവർ എനിക്ക് അപരിചിതരാണ്... എന്റെ ജീവിതത്തിന്റെ ദുരന്തം ഒളി ഞ്ഞിരിക്കുന്നത് എവിടെയാണെന്ന് നിങ്ങൾക്ക് മനസ്സിലായോ?.... പക്ഷേ, ഞാൻ തനിച്ചിരിക്കട്ടെ! .... ഞാൻ നരകിക്കട്ടെ. എനിക്ക് പ്രവാചകന്മാർ ആരുംതന്നെ ഇല്ല... ഇല്ല. നിങ്ങൾ പറഞ്ഞത് ശരിയാണ്. ഞാൻ ധാരാളം സംസാരിക്കുന്നു.. പക്ഷേ, അതുകൊണ്ട് ഒരുത്തർക്കും ഒരു പ്രയോജനം ഇല്ല.... ഞാൻ ഒരിക്കലും സംസാരിക്കുകയില്ല... എന്നോട് ഇതുപോലെ സംസാരിക്കരുതെന്നു മാത്രം... ഹോ! കിഴവാ നിങ്ങൾക്ക് അറിയി ല്ല.....നിങ്ങൾക്ക് മനസ്സിലാവില്ല... നിങ്ങൾക്ക് സംസാരിക്കാൻ കഴിയില്ല."

അവസാനം അദ്ധ്യാപകൻ കരഞ്ഞു. നിയന്ത്രണമില്ലാതെ അനാ യാസമായി അയാൾ പൊട്ടിക്കരഞ്ഞു. കണ്ണുനീരിന്റെ അത്തരത്തിലുള്ള ഒരു കുഞ്ഞൊഴുക്കിലൂടെ അയാൾ ആശ്വാസം കണ്ടെത്താൻ ശ്രമിച്ചു.

"നിങ്ങൾ ഒരു ഗ്രാമത്തിൽ പോകേണ്ടതായിരുന്നു. അവിടെച്ചെന്ന്

ഒരു ഗുമസ്തനോ അദ്ധ്യാപകനോ ആകേണ്ടതായിരുന്നു... അവിടെ നിങ്ങൾ നല്ലരീതിയിൽ സംരക്ഷിക്കപ്പെടുമായിരുന്നു. എന്തിനാണ് നിങ്ങൾ കരഞ്ഞുകൊണ്ടിരിക്കുന്നത്?" ട്യാപ്പ ദുഃഖത്തോടെ ചോദിച്ചു.

പക്ഷേ, കണ്ണുനീർ അയാളെ ആശ്വസിപ്പിക്കുകയും സാന്ത്വനപ്പെടുത്തുകയും ചെയ്യുന്നതുപോലെ അദ്ധ്യാപകൻ കരഞ്ഞുകൊണ്ടിരുന്നു.

ഈ ദിവസം മുതൽ അവർ സുഹൃത്തുക്കളായി മാറി. അവരെ ഒരുമിച്ച് കണ്ടപ്പോൾ ഒരിക്കൽ മനുഷ്യരായിരുന്ന ജന്തുക്കൾ പറഞ്ഞു. "അദ്ധ്യാപകൻ ട്യാപ്പയുമായി സൗഹൃദത്തിലാണ്. അയാൾക്ക് ട്യാപ്പയുടെ പണത്തോടും കൊതിയുണ്ട്. അയാളുടെ തലയ്ക്കുള്ളിൽ ഇതു കടത്തിവിട്ടത് നിശ്ചയമായും കുവാൽഡാ ആയിരിക്കും.. കിഴവന്റെ സമ്പാദ്യം എവിടെയാണെന്ന് കണ്ടെത്താൻ വേണ്ടി..."

ഒരുപക്ഷേ, അവർ പറഞ്ഞത് അവർപോലും വിശ്വസിച്ചിട്ടുണ്ടാവില്ല. ഈ മനുഷ്യരെ സംബന്ധിച്ച് വിചിത്രമായ ഒരു കാര്യം ഉണ്ടായിരുന്നു. എത്രമാത്രം മോശപ്പെട്ടവരാണോ അതിലും മോശപ്പെട്ടവരായി മറ്റുള്ളവരുടെ മുമ്പിൽ അവർ സ്വയം ചിത്രീകരിച്ചു. ഉള്ളിൽ നന്മയുള്ള മനുഷ്യൻ ചിലപ്പോഴൊക്കെ അയാളിലെ തിന്മ പുറത്തുകാണിക്കാൻ മടിക്കില്ല.

*   *   *   *   *   *   *   *

ഈ മനുഷ്യർ എല്ലാവരുംകൂടി അദ്ധ്യാപകനെ വളഞ്ഞുകഴിയുമ്പോൾ പത്രവായന ആരംഭിക്കും.,

"ഇന്ന് പത്രം ചർച്ചചെയ്യുന്നത് എന്ത് കാര്യമാണ്? കുടിപ്പക വല്ലതും ആണോ?"

"അല്ല." അദ്ധ്യാപകൻ അയാൾക്ക് ഉറപ്പു കൊടുക്കുന്നു.

"നിങ്ങളുടെ പ്രസാധകൻ അത്യാഗ്രഹിയാണെന്ന് തോന്നുന്നു. പക്ഷേ, പത്രത്തിൽ മുഖപ്രസംഗം വല്ലതും ഉണ്ടോ?"

"ഒരെണ്ണം ഇന്നുണ്ട്. ഗുലിയേവ് എഴുതിയതാണെന്ന് തോന്നുന്നു.

"ഓ! അതു വായിക്കൂ.... ആ തെമ്മാടി ബുദ്ധിപൂർവ്വം എഴുതും?"

"സ്ഥാവര സ്വത്തുക്കളുടെ നികുതി വ്യവസ്ഥ അദ്ധ്യാപകൻ വായിക്കും. ഏതാണ്ട് പതിനഞ്ചു വർഷം മുമ്പ് നടപ്പിലാക്കിയതായിരുന്നു. നഗരത്തിലെ സർക്കാർ നികുതിയുടെ അടിസ്ഥാനമായി ഇന്നുവരെ പ്രയോജനപ്പെടുത്തിക്കൊണ്ടിരുന്നത് ഈ നികുതി വ്യവസ്ഥയായിരുന്നു...."

"അത് വളരെ എളുപ്പമാണ്." ക്യാപ്റ്റൻ കുവാൽഡാ അഭിപ്രായം പറയും. "അതിന്റെ പ്രയോജനം തുടരും. അത് പമ്പരവിഡ്ഢിത്തം ആണ്. നഗരത്തിൽ കറങ്ങിനടക്കുന്ന കച്ചവടക്കാരന് ഇത് തുടർന്നുപോകുന്നതാണ് ലാഭം. അതുകൊണ്ട് ഇത് തുടർന്നുപോകും."

"സത്യത്തിൽ ഈ ലേഖനം എഴുതിയിരിക്കുന്നത് ഈ വിഷയത്തെ പ്പറ്റിയാണ്." അദ്ധ്യാപകൻ പറയുന്നു.

"ആണോ? അത് വിചിത്രമാണ്. ഇത് ഒരു ലേഖനത്തിൽ ഒതുക്കി നിർത്തേണ്ട വിഷയം അല്ല...."

"ഇത്തരം ഒരു വിഷയം ധാരാളം എരിവും പുളിയും ചേർത്തുവേണം കൈകാര്യം ചെയ്യാൻ.."

അതോടെ ഒരു ചെറിയ ചർച്ച ആരംഭിക്കും. ഒരു കുപ്പി വോഡ്ക മാത്രം കുടിച്ചിരിക്കുന്നതുകൊണ്ട് ആളുകൾ ശ്രദ്ധയോടെ കേട്ടിരിക്കും.

മുഖപ്രസംഗത്തിനുശേഷം അവർ പ്രാദേശിക സംഭവങ്ങൾ വായിക്കും. അതിനുശേഷം കോടതിനടപടികൾ. കോടതിയിലെ വാദിയോ പ്രതിയോ ഒരു കച്ചവടക്കാരനാണെങ്കിൽ അരിസ്റ്റിഡ് കുവാൽഡാ ആത്മാർത്ഥമായി ആഹ്ലാദിക്കും. ആരെങ്കിലും കച്ചവടക്കാരനെ കൊള്ളയടിച്ചാൽ അയാൾ പറയും. "അത് നല്ലകാര്യം തന്നെയാണ്. പക്ഷേ, അവർ അയാളെ കൊള്ളയടിച്ചത് വളരെ കുറഞ്ഞുപോയെന്നുള്ളതാണ് സങ്കടം.." കച്ചവടക്കാരന്റെ കുതിരകൾ തളർന്നുവീണാൽ അയാൾ പറയും "അയാൾ എന്നിട്ടും ജീവിച്ചിരിക്കുന്നതോർക്കുമ്പോൾ ദുഃഖം തോന്നുന്നു." കോടതിയിൽ അയാളുടെ ഹർജി പരിഗണിച്ചില്ലെങ്കിൽ "കോടതിച്ചെലവുകൾ ഇരട്ടിയെങ്കിലും ആകാത്തത് വലിയ കഷ്ടം ആണ്."

"അത് നിയമവിരുദ്ധമാകുമായിരുന്നു." അദ്ധ്യാപകൻ അഭിപ്രായപ്പെടുന്നു.

"നിയമവിരുദ്ധം! പക്ഷേ, കച്ചവടക്കാരൻ സ്വയം നിയമം അനുസരിക്കുന്നുണ്ടോ? കുവാൽഡാ പരുഷമായി അന്വേഷണം നടത്തുന്നു. കച്ചവടക്കാരൻ എന്നു പറയുന്നവൻ ആരാണ്? നമുക്ക് ആ അവലക്ഷണം പിടിച്ച മര്യാദകെട്ട പ്രതിഭാസത്തെ പരിശോധിച്ചുനോക്കാം. തുടക്കത്തിൽ എല്ലാ കച്ചവടക്കാരനും ഒരു ഗ്രാമീണൻ ആണ്. അയാൾ ഒരു ഗ്രാമത്തിൽനിന്ന് വന്ന് കുറേക്കാലം കൊണ്ടാണ് കച്ചവടക്കാരനായിത്തീരുന്നത്. ഒരു കച്ചവടക്കാരനാകാൻ ഒരാൾക്ക് നിശ്ചയമായും പണം വേണം. ഒരു ഗ്രാമീണന്ന് എവിടെനിന്ന് പണം കിട്ടും? സത്യസന്ധമായ കഠിനാദ്ധ്വാനംകൊണ്ടല്ല അയാൾക്ക് പണം കിട്ടിയതെന്ന് എല്ലാവർക്കും അറിവുള്ള കാര്യമാണ്. അതിന്റെ അർത്ഥം അയാൾ ഒരു തരത്തിലല്ലെങ്കിൽ മറ്റൊരുതരത്തിൽ വഞ്ചിച്ചുകൊണ്ടിരിക്കുകയായിരുന്നു എന്നുപറഞ്ഞാൽ കച്ചവടക്കാരൻ വെറുമൊരു നെറികെട്ടവൻ മാത്രമാണ്."

"സത്യമാണ്" പ്രാസംഗികന്റെ അനുമാനത്തെ അംഗീകരിച്ചുകൊണ്ട് ആളുകൾ വിളിച്ചുകൂവി. ഈ സമയത്തെല്ലാം ട്യാപ്പ നെഞ്ചുചൊറിഞ്ഞുകൊണ്ട് ദീർഘനിശ്വാസം വിട്ടുകൊണ്ടിരിക്കും. കുടിച്ചതിന്റെ തലവേദനയുള്ള സമയത്ത് ആദ്യഗ്ലാസ് വോഡ്ക അകത്താക്കുമ്പോൾ അയാൾ ദീർഘനിശ്വാസം വിടുന്നത് പതിവാണ്. ക്യാപ്റ്റൻ സന്തോഷംകൊണ്ട് പുഞ്ചിരിക്കും. അവർ പിന്നീട് കത്തുകൾ വായിക്കും. ഇത് ക്യാപ്റ്റന് അയാളുടെ വാക്കുകളിൽത്തന്നെ പറഞ്ഞാൽ മദ്യപാനസമൃദ്ധിയുടെ സമയമാണ്. കച്ചവടക്കാർ എങ്ങനെയാണ് ഈ ജീവിതത്തെ വെറുക്കപ്പെട്ടതാക്കുന്നതെന്നും എങ്ങനെയാണ് എല്ലാം ബുദ്ധിപൂർവ്വം നശിപ്പിക്കുന്നതെന്നും അയാൾ എല്ലാ സമയത്തും വിമർശിച്ചുകൊണ്ടിരിക്കും. അയാളുടെ പ്രസംഗം കച്ചവടക്കാരനെ കുറ്റപ്പെടുത്തി ഇല്ലായ്മ ചെയ്യും. ദാരുണമായ

പ്രതിജ്ഞകൾ എടുക്കുന്നതുകൊണ്ട് ആളുകൾ അയാളുടെ പ്രസംഗം അങ്ങേയറ്റത്തെ ആഹ്ലാദത്തോടെ കേട്ടുകൊണ്ടിരിക്കും. "ഞാൻ പത്ര ത്തിൽ എഴുതുകയാണെങ്കിൽ അയാൾ അലറും" ഞാൻ കച്ചവടക്കാരന്റെ തനിനിറം പുറത്തുകൊണ്ടുവരും. അയാൾ ചിലപ്പോൾ മാത്രം മനുഷ്യന്റെ ഭാഗം അഭിനയിക്കുന്ന ഒരു മൃഗമാണെന്ന് ഞാൻ തെളിയിക്കും. എനിക്ക് അയാളെ മനസ്സിലാകും. അയാൾ ഒരു പരമബോറനാണ്. നല്ല അഭിരുചി കൾ എന്ന വാക്കുകളുടെ അർത്ഥം അയാൾക്ക് അറിയില്ല. അയാൾക്ക് രാജ്യസ്നേഹത്തോട് യാതൊരു ആഭിമുഖ്യവും ഇല്ല. അയാളുടെ അറി വുകൾക്ക് അഞ്ച് കോപ്പക്കിന്റെ വിലപോലും ഇല്ല."

മറ്റുള്ളവരെ ദേഷ്യംപിടിപ്പിക്കുന്നതിൽ ആസക്തിയുള്ളവനായ അബ്ബൈഡോക്കിന് ക്യാപ്റ്റന്റെ ദൗർബല്യം അറിയാവുന്നതുകൊണ്ട് അയാൾ കൗശലത്തോടെ കൂട്ടിച്ചേർക്കും.

"ശരിയാണ്. കുലീനന്മാർ ദരിദ്രരുമായി പരിചയപ്പെടാൻ തുടങ്ങിയ തുമുതൽ ഈ ലോകത്തുനിന്നും മനുഷ്യർ അപ്രത്യക്ഷരായി...."

"തവളയ്ക്കും ചിലന്തിക്കും ജനിച്ചവനാണെങ്കിലും നീ പറഞ്ഞത് ശരിയാണ്. ശരിയാണ്. കുലീനൻ അധഃപതിച്ച സമയം മുതൽ മനുഷ്യർ ഇല്ലാതായി. കച്ചവടക്കാർ മാത്രമാണ് ഇപ്പോൾ ഉള്ളത്. എനിക്ക് അവരെ വെറുപ്പാണ്."

"അത് മനസ്സിലാക്കാൻ ബുദ്ധിമുട്ടില്ല സഹോദരാ, കാരണം നിങ്ങൾ അധഃപതിക്കാനുള്ള കാരണവും അവരാണ്"

"ഞാനോ? ഞാൻ നശിച്ചത് ജീവിതത്തെ സ്നേഹിച്ചതുകൊണ്ടാണ്... ഞാനൊരു വിഡ്ഢിയായിരുന്നു. ഞാൻ ജീവിതത്തെ സ്നേഹിച്ചു. പക്ഷേ, കച്ചവടക്കാരൻ അതിനെ നശിപ്പിക്കുന്നു. എനിക്ക് അത് സഹിക്കാൻ കഴി യില്ല. അത് ഞാൻ ഒരു കുലീനനായതുകൊണ്ടല്ല. പക്ഷേ നിങ്ങൾക്ക് സത്യം അറിയണമെന്നുണ്ടെങ്കിൽ ഞാൻ പറയാം. ഞാൻ കുലീനൻ അല്ലെ ങ്കിലും ഒരിക്കൽ ഞാൻ ഒരു മനുഷ്യൻ ആയിരുന്നു. ഞാൻ ഇപ്പോൾ ഒന്നും ശ്രദ്ധിക്കാറില്ല. ആരേയും ശ്രദ്ധിക്കാറില്ല.... എന്റെ ജീവിതകാലം മുഴുവൻ ഒതുങ്ങിയ സ്വഭാവക്കാരനായിരുന്നു. ഒരു കാമുകി എന്നെ വഞ്ചിച്ചു. അതു കൊണ്ട് ഞാൻ ജീവിതത്തെ വെറുക്കുകയും അതിനോട് താല്പര്യം കാണിക്കാതിരിക്കുകയും ചെയ്യുന്നു."

"നിങ്ങൾ കള്ളം പറയുന്നു!" അബ്ബൈഡോക് പറയുന്നു.

"ഞാൻ കള്ളം പറഞ്ഞെന്നോ?" അരിസ്റ്റിഡ് കുവാൽഡാ ദേഷ്യ ത്തോടെ അലറുന്നു.

"എന്തിനാണ് അലറുന്നത്?" മാർത്യാനോവിന്റെ ശാന്തമായ ശബ്ദം കടന്നുവരുന്നു.

"എന്തിനാണ് നമ്മൾ മറ്റുള്ളവരെപ്പറ്റി വിധികല്പിക്കുന്നത്. കച്ചവട ക്കാർ, കുലീനന്മാർ അവരെ പറ്റിയൊക്കെ നമ്മൾ എന്തിനാണ് തീരുമാ നിക്കുന്നത്... നമുക്ക് അവരുമായി എന്ത് ബന്ധമാണുള്ളത്?"

"അബ്ബൈഡോക് സംസാരിക്കാതിരിക്കൂ." അദ്ധ്യാപകൻ സൗമ്യ

മായി പറഞ്ഞു. "നിങ്ങൾ എന്തിനാണ് അയാളെ ദേഷ്യംപിടിപ്പിക്കുന്നത്?" അദ്ധ്യാപകൻ ചർച്ചയോ ബഹളമോ ഇഷ്ടപ്പെടുന്നില്ല. അയാളുടെ ചുറ്റും കൂടിനിന്ന് അവർ വഴക്കടിക്കുമ്പോൾ ഒരു വിളറിയ ചിരിയോടെ സാവധാനം അവരെ പരസ്പരം യോജിപ്പിലെത്തിക്കാൻ ബുദ്ധിപൂർവ്വം അയാൾ പരിശ്രമിച്ചിരുന്നു. അതിൽ വിജയിച്ചില്ലെങ്കിൽ അയാൾ അവിടെനിന്ന് സ്ഥലം വിടും. ഈ കാര്യം അറിയാവുന്ന ക്യാപ്റ്റൻ അയാൾ കണ്ടമാനം കുടിച്ചിട്ടില്ലെങ്കിൽ അയാളുടെ ഏറ്റവും നല്ല കേൾവിക്കാരിൽ ഒരാളായ അദ്ധ്യാപകനെ നഷ്ടപ്പെടാതിരിക്കാൻവേണ്ടി സ്വയം നിയന്ത്രിക്കും.

കുറേക്കൂടി ശബ്ദംതാഴ്ത്തി കുവാൽഡാ തുടരും. "ജീവിതം ശത്രുക്കളുടെ കൈയിലാണെന്ന് ഞാൻ മനസ്സിലാക്കുന്നു. അവർ കുലീനതയുടെ മാത്രം ശത്രുക്കളല്ല; എല്ലാ നല്ലകാര്യങ്ങളോടും ശത്രുതയുള്ള ഒരു തരത്തിലുള്ള ജീവിതത്തേയും ആരാധിക്കാൻ പറ്റാത്ത അത്യാർത്തിയുള്ള മനുഷ്യരാണ്."

"പക്ഷേ, എന്തൊക്കെയായാലും" അദ്ധ്യാപകൻ പറഞ്ഞു. "ഈ പറയുന്ന കച്ചവടക്കാരാണ് ജനോവയും വെനീസും ഹോളണ്ടും സൃഷ്ടിച്ചത്. ഇവരെല്ലാം കച്ചവടക്കാർ ആയിരുന്നു. ഇംഗ്ലണ്ടിൽനിന്നും ഇന്ത്യയിൽനിന്നും വന്നിരുന്ന കച്ചവടക്കാർ...."

"ഞാൻ ആ മനുഷ്യനെപ്പറ്റിയല്ല സംസാരിച്ചത്. അവരിൽ ഒരാളായ ജൂഡാസ് പെറ്റുനിക്കോവിനെപ്പറ്റിയാണ് ഞാൻ ആലോചിച്ചത്."

"അപ്പോൾ നിങ്ങൾ പറയുന്നത് അവരുമായി നിങ്ങൾക്ക് യാതൊരു ബന്ധവും ഇല്ലെന്നാണോ?" അദ്ധ്യാപകൻ ശാന്തമായി ചോദിച്ചു.

"പക്ഷേ, ഞാൻ ജീവിക്കുന്നില്ലെന്ന് നിങ്ങൾ വിചാരിക്കുന്നുണ്ടോ? ഓ! ഞാനും ജീവിക്കുന്നുണ്ട്. പക്ഷേ, ഈ മനുഷ്യർ ജീവിതത്തിന്റെ എല്ലാ സ്വാതന്ത്ര്യങ്ങളും പിടിച്ചുപറിക്കുകയും അശുദ്ധമാക്കുകയും ചെയ്തെന്നുള്ള സത്യത്തോട് എനിക്ക് ദേഷ്യം തോന്നാൻ പാടില്ലെന്ന് ഞാൻ വിചാരിക്കുന്നു."

"അവരാണെങ്കിൽ ഏകാന്തവാസത്തിലുള്ള ക്യാപ്റ്റൻ കരുണാർദ്രമായ കോപത്തെ പരിഹസിക്കാനുള്ള ധൈര്യം കാണിക്കുന്നു. ശരിയല്ലേ?" അബൈഡോക് കളിയാക്കാൻവേണ്ടി പറയുന്നു.

"ശരി! ഞാൻ വിഡ്ഢിയാണെന്നുള്ള കാര്യത്തിൽ നിങ്ങളോട് ഞാൻ യോജിക്കുന്നു. ഒരിക്കൽ മനുഷ്യനായിരുന്ന ഒരു ജന്തു എന്നനിലയിൽ എന്റെ ഹൃദയത്തിൽ ഒരിക്കൽ ഉണ്ടായിരുന്ന എല്ലാ വികാരങ്ങളെയും എനിക്ക് മറച്ചുപിടിക്കേണ്ടിയിരിക്കുന്നു. നിങ്ങൾ പറഞ്ഞത് ശരിയായിരിക്കാം. പക്ഷേ, അപ്പോൾ എനിക്കോ നിങ്ങളിൽ ആർക്കെങ്കിലുമോ നമ്മൾ ഈ വികാരങ്ങളെ എല്ലാം ഒഴിവാക്കിയാൽ എങ്ങനെയാണ് സ്വയം ന്യായീകരിക്കാൻ കഴിയുന്നത്?"

"വല്ലപ്പോഴും നിങ്ങൾ ബുദ്ധിപൂർവ്വം സംസാരിക്കുന്നു." അദ്ധ്യാപകൻ പ്രോത്സാഹിപ്പിച്ചുകൊണ്ട് പറയുന്നു.

"നമുക്ക് ജീവിതത്തെപ്പറ്റി മറ്റുവികാരങ്ങളും മറ്റു കാഴ്ചപ്പാടുകളും

വേണം... നമ്മൾ പുതുതായി എന്തെങ്കിലും ആഗ്രഹിക്കുന്നുണ്ട്....
കാരണം നമ്മൾ ഈ ജീവിതത്തിൽ സ്വയം ഒരു പുതുമയാണ്...."

"ഇത് നമുക്ക് ഏറ്റവും പ്രാധാന്യമുള്ള കാര്യമാണെന്നതിൽ സംശ
യമില്ല," അദ്ധ്യാപകൻ അഭിപ്രായപ്പെടുന്നു.

"എന്തുകൊണ്ട്" കനറ്റ്സ് ചോദിക്കുന്നു. "നമ്മൾ പറഞ്ഞാലും ചിന്തി
ച്ചാലും എന്ത് വ്യത്യാസമാണ് വരാനുള്ളത്? നമുക്ക് ജീവിക്കാൻ ഒരു
പാടു കാലമൊന്നും ഇല്ല.... എനിക്ക് നാല്പതായി, നിങ്ങൾക്ക് അൻപതാ
യി.... മുപ്പതിൽ താഴെയുള്ള ആരുംതന്നെ നമ്മുടെ കൂട്ടത്തിൽ ഇല്ല. ഇനി
ഇപ്പോൾ ഇരുപതാണെങ്കിൽക്കൂടി ഇത്തരം ഒരു ജീവിതം നിങ്ങൾക്ക്
അധികകാലം ജീവിക്കാൻ കഴിയില്ല.,"

"നമ്മളിൽ എന്തുതരം പുതുമയാണ് ഉള്ളത്?"

"അബൈഡോക് പരിഹസിച്ചു.

"നഗ്നത എന്നും നിലനിന്നിരുന്നു." ശരിയാണ് അതാണ് റോമിനെ
സൃഷ്ടിച്ചത്. അദ്ധ്യാപകൻ പറഞ്ഞു.

"അതെ, തീർച്ചയായും" ക്യാപ്റ്റൻ സന്തോഷത്തോടെ പറയുന്നു.
"റോമുലുസും റമുസും ങേ? നമ്മുടെ സമയം വരുമ്പോൾ നമ്മളും സൃഷ്ടി
ക്കും...."

"പൊതുസമാധാനത്തിന് ഭംഗം വരുന്നു." അബൈഡോക് തടസ്സ
പ്പെടുത്തുന്നു. ആത്മസംതൃപ്തിയോടെ അയാൾ ചിരിക്കുന്നു. അയാളുടെ
ചിരിയിൽ ധിക്കാരം ഉണ്ട്. സിംസോവിലേക്കും ശെമ്മച്ചനിലേക്കും ടരസി
ലേക്കും അത് പടർന്നുകയറുന്നു. ചെറുപ്പക്കാരനായ കുവാൽഡാ മെറ്റി
യോറിന്റെ കൃത്രിമത്വമില്ലാത്ത കണ്ണുകൾ തിളങ്ങുന്നു. അയാളുടെ കവി
ളുകൾ ചുവന്നു തുടുക്കുന്നു.

അവരുടെ തലയിൽ ചുറ്റികകൊണ്ട് അടിക്കുന്നതുപോലെ കനറ്റ്സ്
സംസാരിക്കുന്നു.

"ഇതെല്ലാം വിഡ്ഢിത്തം നിറഞ്ഞ മിഥ്യാധാരണകളാണ്. വെറും
അസംബന്ധം!"

അധാർമ്മികതയുടെയും വോഡ്കയുടെയും ലഹരികയറിയ
മുഷിഞ്ഞ് കീറിപ്പറിഞ്ഞ വേഷങ്ങൾ ധരിച്ച നിസ്സഹായരായ ഈ വൃത്തി
കെട്ട മനുഷ്യർ ഈ രീതിയിൽ ഔചിത്യത്തോടെ തർക്കിക്കുന്നത് വിചി
ത്രമായ കാഴ്ചയായിരുന്നു. ഇത്തരം സംസാരങ്ങൾ ക്യാപ്റ്റനെ സന്തോ
ഷിപ്പിച്ചു. അവർ അയാൾക്ക് കൂടുതൽ സംസാരിക്കാനുള്ള അവസരം
കൊടുത്തു. അതുകൊണ്ട് താൻ മറ്റുള്ളവരേക്കാൾ മെച്ചമാണെന്ന് അയാൾ
വിചാരിച്ചു. ഒരാൾ എത്രമാത്രം അധഃപതിച്ചാലും കൂടുതൽ ബുദ്ധിമാനും
കൂടുതൽ അധികാരമുള്ളവനും കൂട്ടുകാരേക്കാൾ കൂടുതൽ അറിവുള്ള
വനുമാണെന്നുള്ള തോന്നലിൽനിന്ന് കിട്ടുന്ന ആഹ്ലാദം ഒരു മനുഷ്യന്
ഒരിക്കലും നിഷേധിക്കാൻ പറ്റില്ല. ഒരിക്കൽ മനുഷ്യരായിരുന്ന ജന്തുക്ക
ളുടെ കൂട്ടത്തിൽ ഇത്തരം കാര്യങ്ങളിൽ താല്പര്യം ഇല്ലാത്ത അബൈ
ഡോക്, 'കുബാർ' തുടങ്ങിയവരുടെ ഇടപെടൽ കാരണം അരിസ്റ്റിഡ്

കുവാൽഡായിക്ക് ഈ ആഹ്ലാദം ഒരിക്കലും വേണ്ടത്ര അനുഭവിക്കാൻ കഴിഞ്ഞില്ല.

രാഷ്ട്രീയം എന്തായാലും ജനകീയമായ അഭിരുചികളോട് കൂടുതൽ അടുത്തു നില്ക്കുന്നതായിരുന്നു. ഇന്ത്യ കൈവശപ്പെടുത്തുന്നതിന്റെയും ഇംഗ്ലണ്ട് കീഴടക്കുന്നതിന്റെയും ആവശ്യകതയെപ്പറ്റിയുള്ള ചർച്ചകൾ വളരെനേരം തുടർന്നിരുന്നു. ഭൂമുഖത്തുനിന്നും ജൂതന്മാരെ പൂർണ്ണമായി നീക്കം ചെയ്യുന്നതിനെപ്പറ്റി സംസാരിക്കുന്നതിൽ അവരുടെ ആവേശത്തിന് കുറവൊന്നും ഉണ്ടായിരുന്നില്ല. ഈ വിഷയത്തിൽ ആഗ്രഹിക്കുന്ന അന്ത്യം ലഭിക്കുന്നതിനുള്ള ഭയാനകമായ പദ്ധതികളുമായി ആദ്യം മുന്നോട്ടുവരുന്നത് എപ്പോഴും അബൈഡോക് ആയിരുന്നു. പക്ഷേ, മറ്റുപല തർക്കങ്ങൾക്കും തുടക്കം കുറിക്കുന്ന ക്യാപ്റ്റൻ ഈ ചർച്ചയിൽ പങ്കുചേർന്നില്ല. അവർ സ്ത്രീകളെപ്പറ്റി നാണമില്ലാതെ ധാരാളം സംസാരിച്ചു. പക്ഷേ, അദ്ധ്യാപകൻ എപ്പോഴും അവരെ ന്യായീകരിച്ചു. ചിലപ്പോൾ അവർ മര്യാദയുടെ അതിർവരമ്പ് വിടുമ്പോൾ അയാൾ വളരെക്കൂടുതൽ ദേഷ്യപ്പെട്ടു. അവരെല്ലാം സാധാരണ അയാളെ അനുസരിക്കും. കാരണം, അവർ അയാളെ ഒരു സാധാരണ മനുഷ്യനായി കാണുന്നില്ല. മറ്റൊരു കാരണം ഒരാഴ്ചകൊണ്ട് അയാൾ സമ്പാദിച്ച പണത്തിൽനിന്നും ശനിയാഴ്ചകളിൽ പണം കടംവാങ്ങാൻ അവർ ആഗ്രഹിച്ചിരുന്നു. അയാൾക്ക് ധാരാളം ആനുകൂല്യങ്ങൾ ഉണ്ട്. ഉദാഹരണത്തിന് സംസാരം ഒടുവിൽ സ്വതന്ത്രമായ അടിപിടിയിൽ കലാശിക്കുന്ന സമയത്തുപോലും അവർ ഒരിക്കലും അയാളെ അടിക്കില്ല. അയാൾക്ക് വാടകവീട്ടിലേക്ക് സ്ത്രീകളെ കൊണ്ടുവരാനുള്ള അവകാശം ഉണ്ടായിരുന്നു. മറ്റൊരാൾക്കും അനുവദിച്ചിട്ടില്ലാത്ത ഒരു ആനുകൂല്യം. ക്യാപ്റ്റൻ മുൻകൂട്ടിത്തന്നെ ഈ കാര്യത്തിൽ അവർക്ക് മുന്നറിയിപ്പ് കൊടുത്തിട്ടുണ്ട്.

"എന്റെ വീട്ടിലേക്ക് സ്ത്രീകളെ കൊണ്ടുവരാൻ പാടില്ല." അയാൾ തുടക്കത്തിൽ തന്നെ പറയും "സ്ത്രീകൾ, കച്ചവടക്കാർ, തത്ത്വജ്ഞാനികൾ എന്റെ നാശത്തിനുള്ള മൂന്ന് കാരണങ്ങൾ ഇവരാണ്. സ്ത്രീകളെ വീടിനുള്ളിൽ കൊണ്ടുവരുന്നവനെ ഞാൻ ചാട്ടകൊണ്ട് അടിക്കും. സ്ത്രീക്കും ഞാൻ ചാട്ടയടികൊടുക്കും. തത്ത്വജ്ഞാനിയെക്കൊണ്ടു വന്നാൽ ഞാൻ അവന്റെ തല ഇടിച്ചുതെറിപ്പിക്കും. അത്ഭുതകരമായ ശക്തിയുള്ളതുകൊണ്ട് പ്രായം ഒരു പ്രശ്നമാക്കാതെ ആരുടെ തലവേണമെങ്കിലും ഇടിച്ചുതെറിപ്പിക്കാൻ അയാൾക്ക് കഴിയുമായിരുന്നു. അതുകൂടാതെ അയാൾ വഴക്കിടുകയോ തല്ലുകൂട്ടുകയോ ചെയ്യുന്ന സമയത്തെല്ലാം മാർദ്യനോവ് അയാളെ സഹായിച്ചു. അയാൾ പ്രവർത്തനം നിർത്തിവെക്കാൻ കഴിയാത്ത സർവ്വവും നശിപ്പിക്കുന്ന ഒരു യന്ത്രമായി മാറിക്കഴിയുന്ന സന്ദർഭങ്ങളിൽ ദുഃഖത്തോടെ നിശ്ശബ്ദമായി അയാളോടൊപ്പം നില്ക്കുന്നത് മാർദ്യനോവിന്റെ ശീലമായിരുന്നു. ഒരിക്കൽ പ്രത്യേകിച്ച് കാരണമൊന്നും ഇല്ലാതെ സിംസോവ് കുടിച്ചുകൊണ്ട് അദ്ധ്യാപകന്റെ നേർക്ക് പാഞ്ഞുചെന്ന് അയാളുടെ തലമുടി വലിച്ചുപറിച്ചെടുത്തു.

കുവാൽഡാ കൈചുരുട്ടി സിംസോവിന്റെ നെഞ്ചത്തുതന്നെ ഒരു ഇടി കൊടുത്തു. സിംസോവ് ചുരുണ്ടുകൂടി തറയിൽ വീണുപോയി. ഏകദേശം അരമണിക്കൂർ സമയം അയാൾക്ക് ബോധം ഉണ്ടായിരുന്നില്ല. അയാൾക്ക് ബോധം തെളിഞ്ഞപ്പോൾ അദ്ധ്യാപകന്റെ തലയിൽ നിന്നും വലിച്ചുപ റിച്ച തലമുടി കുവാൽഡയുടെ നിർബ്ബന്ധം കാരണം അയാൾ തിന്നു. അടി കൊണ്ട് മരിക്കുന്നതിലും ഭേദം തലമുടി തിന്നുന്നതാണെന്നുള്ള ബോധം കൊണ്ടാണ് അയാൾ അത് തിന്നത്. പത്രം വായിച്ച് സംസാരത്തിൽ ഏർപ്പെട്ട് അടിപിടികൂടുന്നത് കൂടാതെ ചീട്ടുകളിച്ചും അവർ സ്വയം സന്തോ ഷിച്ചു. സത്യസന്ധമായി കളിക്കാനുള്ള കഴിവില്ലാത്തതുകൊണ്ട് അവർ കളിയിൽ നിന്ന് മാർട്യാനോവിനെ ഒഴിവാക്കി. പല പ്രാവശ്യം കള്ളക്കളി നടത്തിയതിനുശേഷം അയാൾ പരസ്യമായി കുറ്റസമ്മതം നടത്തി.

"എനിക്ക് കള്ളക്കളി കളിക്കാതെ ചീട്ടുകളിക്കാൻ പറ്റില്ല. അത് എന്റെ ഒരു ശീലം ആയിപ്പോയി."

"ശീലങ്ങൾ നിങ്ങൾക്ക് മാറ്റാൻ പറ്റില്ല." ശെമ്മാച്ചൻ ടരസ് ആ കാര്യം അംഗീകരിച്ചു. എനിക്ക് എല്ലാ ഞായറാഴ്ചയും കുർബാന കഴിഞ്ഞ് ഭാര്യയ്ക്ക് അടികൊടുക്കുന്ന ഒരു പതിവ് ഉണ്ടായിരുന്നു. അവൾ മരിച്ച പ്പോൾ ഞായറാഴ്ചകളിൽ ഞാൻ അനുഭവിച്ച വിരസത എനിക്ക് വിശദീ കരിക്കാൻ കഴിയില്ല. ഞാൻ ഒരു ഞായറാഴ്ച കഴിച്ചുകൂട്ടി. അത് ഭയാന കമായിരുന്നു. രണ്ടാമത്തെ ഞായറാഴ്ചയും ഞാൻ സ്വയം നിയന്ത്രിച്ചു. മൂന്നാമത്തെ ഞായറാഴ്ച ഞാൻ എന്റെ അസോക്കിനെ അടിച്ചു... അവൾക്ക് ദേഷ്യം വന്നു. അവൾ കേസു കൊടുക്കുമെന്ന് എന്നെ ഭീഷ ണിപ്പെടുത്തി. അവൾ അങ്ങനെ ചെയ്തിരുന്നെങ്കിലുള്ള കാര്യം സങ്കല്പി ക്കാൻവയ്യ! നാലാമത്തെ ഞായറാഴ്ച അവൾ എന്റെ സ്വന്തം ഭാര്യയാണ ന്നമട്ടിൽ ഞാൻ അവളെ അടിച്ചു. അതുകഴിഞ്ഞ് ഞാൻ അവൾക്ക് പത്ത് റൂബിൾ കൊടുത്തു. എന്നിട്ട് വീണ്ടും വിവാഹം കഴിക്കുന്നതുവരെ എന്റെ സൗകര്യം അനുസരിച്ച് ഞാൻ അവളെ അടിച്ചു!

'ശെമ്മാച്ചൻ കള്ളം പറയുന്നു. രണ്ടാമതും നിങ്ങൾ എങ്ങനെയാണ് വിവാഹം കഴിക്കുന്നത്?" അബ്ബൈഡോക് സംസാരം തടസ്സപ്പെടുത്തി.

"അങ്ങനെയൊന്നുമില്ല... അവൻ എന്റെ വീട്ടുകാര്യങ്ങൾ നോക്കി..."
'നിങ്ങൾക്ക് മക്കൾ വല്ലതും ഉണ്ടോ?" അദ്ധ്യാപകൻ ചോദിച്ചു.
"അഞ്ചെണ്ണം... ഒന്ന് വെള്ളത്തിൽ വീണു മരിച്ചു. ഏറ്റവും മൂത്ത വൻ. അവൻ തമാശക്കാരനായിരുന്നു.. രണ്ടെണ്ണം ഡിഫ്ത്തീരിയ വന്ന് മരിച്ചു. പെൺമക്കളിൽ ഒരെണ്ണം ഒരു വിദ്യാർത്ഥിയെ വിവാഹം കഴിച്ച് സൈബീരിയയിലേക്ക് പോയി. മറ്റവൾ സെയിന്റ് പീറ്റേഴ്സ് ബർഗ് സർവ്വ കലാശാലയിൽ പോയി. അവിടെവെച്ച് മരിച്ചു.. അതെ അവർ അഞ്ചുപേർ ഉണ്ടായിരുന്നു.. പുരോഹിതന്മാർ സന്താനങ്ങളെക്കൊണ്ട് സമ്പന്നരാണ് നിങ്ങൾക്ക് അറിയില്ലേ? എന്തുകൊണ്ട് ഇങ്ങനെ സംഭവിക്കുന്നെന്ന അയാൾ വിശദീകരിക്കാൻ തുടങ്ങി. കഥകൾ കേട്ട് തവിടുപൊടിയാകു ന്നതുവരെ അവർ പൊട്ടിച്ചിരിച്ചു. ചിരി അവസാനിച്ചപ്പോൾ അലക്സി

മാക്സിമോവിച്ച് സിംസോവ് അയാൾക്കു ഒരിക്കൽ ഒരു മകൾ ഉണ്ടായി രുന്നു എന്ന സത്യം ഓർമ്മിച്ചു.

"അവളുടെ പേര് ലിഡ്ക്ക എന്നായിരുന്നു... അവൾ തടിച്ചിയായിരു ന്നു.. ഇതിൽ കൂടുതൽ അയാൾക്ക് ഓർമ്മയുള്ളതായി തോന്നിയില്ല. കാരണം അയാൾ മറ്റുള്ളവരുടെ എല്ലാം മുഖത്തേക്ക് നോക്കി പുഞ്ചിരി ച്ചതിനുശേഷം ഒരു കുറ്റവാളിയെപ്പോലെ നിശ്ശബ്ദനായിരുന്നു. ഈ മനു ഷ്യർ അവരുടെ കഴിഞ്ഞകാലത്തെപ്പറ്റിപരസ്പരം വളരെക്കുറച്ചു മാത്രമേ സംസാരിക്കുകയുള്ളൂ. വല്ലപ്പോഴും മാത്രമാണ് അവർ അതൊക്കെ ഓർത്തെടുക്കുന്നത്. അപ്പോൾപ്പോലും അതിന്റെ പൊതുവായ ചില സൂച നകൾ മാത്രം അവർ പങ്കുവെച്ചു. അവർ അത് പറയുന്നതുപോലും വിദ്ദേഷം നിഴലിക്കുന്ന ശബ്ദത്തിലായിരുന്നു. ഒരുപക്ഷേ ഇത് പല ആളു കളിലും കഴിഞ്ഞകാലത്തെപ്പറ്റിയുള്ള ഓർമ്മകൾ വർത്തമാനകാലത്തിന്റെ പ്രസരിപ്പിനെയും ഭാവിയുടെ എല്ലാത്തരം പ്രതീക്ഷകളെയും നശിപ്പിക്കു ന്നതുകൊണ്ടായിരിക്കാം.

ശരത്ക്കാലത്തിലെ മഴയുള്ള തണുത്ത ദിവസങ്ങളുടെ വിരസതയിൽ ഈ 'ഒരിക്കൽ മനുഷ്യരായിരുന്ന ജന്തുക്കൾ' വാവിലോവിന്റെ ഭക്ഷണ ശാലയിൽ ഒന്നിച്ചുകൂടി.അവർ അവിടെ പ്രസിദ്ധരായിരുന്നു. അവിടെയു ള്ളവരിൽ ചിലർ അവർ തെമ്മാടികളും കള്ളന്മാരുമാണെന്നുള്ള ധാരണ യിൽ അവരെ ഭയപ്പെട്ടു. പക്ഷേ, അവിടെയുള്ളവർ പലരും ബുദ്ധിമാന്മാ രാണെന്നുള്ള ധാരണയിൽ അവർ അവരെ ബഹുമാനിച്ചെങ്കിലും അവർ മുഴുക്കുടിയന്മാരെ കാണുന്നതുപോലെ അവജ്ഞയോടെയാണ് അവരെ കണ്ടിരുന്നത്.

വാവിലോവിന്റെ ഭക്ഷണശാല പ്രധാനവഴിയുടെ വശത്തായിരുന്നു. ഒരിക്കൽ മനുഷ്യരായിരുന്ന ജന്തുക്കളായിരുന്നു അവിടുത്തെ ഏറ്റവും ബുദ്ധിമാന്മാരായ അംഗങ്ങൾ. ശനിയാഴ്ച വൈകുന്നേരവും ഞായറാഴ്ച രാവിലെയും ഭക്ഷണശാലയിൽ തിരക്കു കൂടുമ്പോൾ ഇത് ഒരിക്കൽ മനു ഷ്യരായിരുന്ന ജന്തുക്കൾ അവിടെ കൂടുതൽ സ്വീകാര്യരായ അതിഥികൾ ആയിരുന്നു. കുവാൽഡായുടെ താവളത്തിലെ അന്തേവാസികൾ എന്ന നിലയിൽ നിലനില്പിനുവേണ്ടിയുള്ള പോരാട്ടത്തിൽ തളർന്നുപോയ മനു ഷ്യരുടെ ജീവിതത്തിന് വെളിച്ചം നല്കുന്ന ഏതോ ഒരു ഊർജ്ജം മുഴു ക്കുടിയന്മാരായിരുന്ന അവരിൽ ഉണ്ടായിരുന്നു. എന്ത് വിഷയത്തെപ്പറ്റിയും സംസാരിക്കാനുള്ള കഴിവും അഭിപ്രായസ്വാതന്ത്ര്യവും പ്രത്യുത്തരം നല്കാനുള്ള വിരുതും തെരുവുമുഴുവനും ഒരുപോലെ ഭയന്നിരുന്നവരുടെ സാന്നിദ്ധ്യത്തിൽ പ്രകടിപ്പിക്കുന്ന ധീരതയും സാഹസികമായ നടപടി കളും എല്ലാംകൂടി ഒത്തുചേർന്നപ്പോൾ അവരുടെ കൂട്ടുകാർക്ക് അവരെ ഇഷ്ടപ്പെടാതിരിക്കാൻ കഴിഞ്ഞില്ല. അതുകൂടാതെ നിയമങ്ങളെപ്പറ്റി അവർക്ക് നല്ല ബോധം ഉണ്ടായിരുന്നു. അതു സംബന്ധിച്ച് അവർക്ക് ഉപ ദേശങ്ങൾ നല്കാനുള്ള കഴിവ് ഉണ്ടായിരുന്നു. ഹർജികൾ എഴുതാനും ശിക്ഷിക്കപ്പെടാനുമുള്ള അപകടസാദ്ധ്യത ഒഴിവാക്കി കബളിപ്പിക്കാനും

അവർ സമർത്ഥന്മാരായിരുന്നു. ഇതിന്റെയൊക്കെ പ്രതിഫലമായി അവർ വോഡ്ക കുടിക്കുകയും അവരുടെ പ്രത്യേകകഴിവുകളെപ്പറ്റിയുള്ള പ്രശംസകൾ സ്വീകരിക്കുകയും ചെയ്തു.

തെരുവിലെ താമസക്കാരെ അവരുടെ സ്വഭാവത്തിനനുസരിച്ച് രണ്ടു വിഭാഗങ്ങളായി വിഭജിച്ചിരുന്നു. കുവാൽഡായെ ബുദ്ധിമാനും ധീരനുമായ പട്ടാളക്കാരനായി ചിന്തിക്കുന്നവർ ഒരു വിഭാഗം. മറ്റേ വിഭാഗം അദ്ധ്യാപകൻ കുവാൽഡായേക്കാൾ മുകളിലാണെന്നുള്ള സത്യത്തിൽ ഉറച്ച വിശ്വാസം ഉള്ളവരായിരുന്നു. അദ്ധ്യാപകന്റെ ആരാധകർ അനിവാര്യമായും കടുത്തദാരിദ്ര്യത്തിൽ നിന്ന് ജയിലിലേക്ക് പോകേണ്ടിവന്ന കള്ളന്മാർ, കുടിയന്മാർ, കൊലപാതകികൾ തുടങ്ങിയവരായിരുന്നു. പക്ഷേ, അവർ ഇനിയും പ്രതീക്ഷകൾ നശിച്ചിട്ടില്ലാത്ത മെച്ചപ്പെട്ട കാര്യങ്ങൾ ആഗ്രഹിക്കുന്ന കൂടുതൽസമയവും വിശന്നുവലയുന്ന ശാശ്വതമായി ഒന്നിലും വ്യാപൃതരല്ലാത്ത മനുഷ്യർ ആയിരുന്നു.

തെരുവുമായുള്ള അദ്ധ്യാപകന്റെയും കുവാൽഡായുടെയും ബന്ധത്തിന്റെ സ്വഭാവം താഴെപ്പറയുന്നതിൽനിന്നും മനസ്സിലാക്കാം.

ഒരിക്കൽ പ്രധാന തെരുവിനെ സംബന്ധിച്ച് നഗരസഭ പാസാക്കിയ പ്രമേയത്തെപ്പറ്റി അവർ ചർച്ച ചെയ്യുകയായിരുന്നു. എന്നുവെച്ചാൽ തെരുവിലെ കുണ്ടും കുഴിയും താമസക്കാർ മറ്റുവീടുകളുടെ അവശിഷ്ടങ്ങളിൽനിന്നുള്ള പൊട്ടിയ ഓടുകൾ മുതലായ വസ്തുക്കൾ ഉപയോഗിച്ച് നികത്തണം എന്നതായിരുന്നു നഗരസഭയുടെ പ്രമേയം. വീട്ടുമൃഗങ്ങളുടെ ശവശരീരമോ മറ്റു ചപ്പുചവറുകളോ ഈ കാര്യത്തിനുവേണ്ടി ഉപയോഗിക്കാൻ പാടില്ലെന്നും നിർദ്ദേശിച്ചിരുന്നു.

"ഈ പറയുന്ന പൊട്ടിയ ഓടും കട്ടയും എനിക്ക് എവിടെനിന്നാണ് കിട്ടാൻ പോകുന്നത്? ഒരു കോഴിക്കൂട് ഉണ്ടാക്കാനുള്ള കട്ട കണ്ടെത്താൻപോലും എനിക്ക് കഴിയില്ല." ഭാര്യ ചുട്ടെടുക്കുന്ന വെളുത്ത റൊട്ടി കൊണ്ടുനടന്ന് വിൽക്കുന്ന മൊകൈ അനിസിമോവ് സങ്കടപ്പെട്ട് പറഞ്ഞു.

"പൊട്ടിയ കട്ടയും കുമ്മായവും നിങ്ങൾക്ക് എവിടെനിന്ന് കിട്ടും? അസംബന്ധം? ചാക്കും കൊണ്ടുപോയി നഗരസഭയുടെ കെട്ടിടം പൊളിച്ച് ചാക്കിൽ നിറച്ച് വാരിക്കൊണ്ടുവരാം. അതെല്ലാം കാലപ്പഴക്കംകൊണ്ട് ആർക്കും ഒരു ഉപയോഗം ഇല്ലാത്ത അവസ്ഥയിലാണ്. അപ്പോൾ നിങ്ങൾ രണ്ട് രണ്ട് നല്ല കാര്യങ്ങളാണ് ഒരേസമയം ചെയ്യുന്നത്. ഒന്നാമതായി പ്രധാനതെരുവിന്റെ അറ്റകുറ്റപ്പണി നടത്തുന്നു. രണ്ടാമതായി ഒരുപുതിയ നഗരസഭാമന്ദിരംകൊണ്ട് നിങ്ങൾ നഗരത്തെ അലങ്കരിക്കുന്നു."

"നിങ്ങൾക്ക് കുതിരകളെ വേണമെങ്കിൽ മേയറുടെ അടുത്തുനിന്നും നിങ്ങൾക്ക് അവയെ കൊണ്ടുവരാൻ പറ്റും." അയാളുടെ മൂന്ന് പെൺമക്കളെ കൊണ്ടുവന്നാൽ മതി. കാഴ്ചയിൽ അവർ കുതിരക്കോപ്പ് വെച്ചു കെട്ടുന്നതിന് പറ്റിയ അവസ്ഥയിലാണ്. അതിനുശേഷം ജൂഡാസ് പെറ്റു നിക്കോവിന്റെ വീട് പൊളിച്ച് അതിന്റെ അവശിഷ്ടങ്ങൾകൊണ്ട് തെരുവ് നിരപ്പാക്കണം. അങ്ങനെ സംഭവിച്ചാൽ മൊകൈ അനിസിമോവ് നിങ്ങ

ളുടെ ഭാര്യ അന്നത്തെ റൊട്ടി ചുട്ടെടുത്തത് എന്തുകൊണ്ടാണെന്ന് എനിക്ക് മനസ്സിലാക്കാൻ പറ്റും. ജൂഡാസിന്റെ വീടിന്റെ മൂന്നാമത്തെ ജന ലായുടെ ചട്ടക്കൂടം അയാളുടെ മേല്ക്കൂരയുടെ രണ്ട് പലകക്ഷണങ്ങളും കൊണ്ടായിരിക്കും അത് ചുട്ടെടുത്തത്.

ക്യാപ്റ്റന്റെ നിർദ്ദേശത്തോട് അവിടെയുണ്ടായിരുന്നവർ വേണ്ടത്ര പൊട്ടിച്ചിരിച്ച് തമാശ പറഞ്ഞുകഴിഞ്ഞപ്പോൾ സുബോധമുള്ള തോട്ടക്കാ രൻ പവൽയുഗുസ് ചോദിച്ചു.

"പക്ഷേ, കാര്യമായി ചിന്തിച്ചാൽ നമുക്ക് എന്താണ് ചെയ്യാൻ പറ്റു ന്നത്? നിങ്ങൾ എന്താണ് ചെയ്യാൻ ഉദ്ദേശിക്കുന്നത്?

"ഞാനോ? ഞാൻ കൈയോ കാലോ അനക്കാൻ പോകുന്നില്ല. അവർക്ക് തെരുവ് വൃത്തിയാക്കാൻ ആഗ്രഹം ഉണ്ടെങ്കിൽ അവർ അതു ചെയ്യട്ടെ."

"ചില വീടുകൾ ഏതാണ്ട് നിലംപൊത്താറായിട്ടുണ്ട്...."

"അവ നിലം പൊത്തട്ടെ! ഇടപെടാൻ പോകരുത്. അവ നിലത്തുവീ ണുകഴിയുമ്പോൾ നഗരത്തിൽനിന്നും സഹായം ആവശ്യപ്പെടുക. അവർ അത് തരുന്നില്ലെങ്കിൽ അവർക്കെതിരായി കോടതിയിൽ ഒരു അന്യായം കൊടുക്കുക. എവിടെനിന്നാണ് ഈ വെള്ളം ഒഴുകിവരുന്നത്! നഗര ത്തിൽനിന്ന്! അതുകൊണ്ട് വീടുകൾ നശിക്കുന്നതിന്റെ ഉത്തരവാദിത്വം നഗരത്തിനാണ്.

"അവർ അത് മഴവെള്ളമാണെന്ന് പറയും."

"അത് നഗരത്തിലെ വീടുകൾ നശിപ്പിക്കുന്നുണ്ടോ? ങ്ങേ? അവർ നിങ്ങളുടെ കൈയിൽനിന്ന് കരം ഈടാക്കുന്നുണ്ട്. പക്ഷേ അവർ നിങ്ങളെ സംസാരിക്കാൻ അനുവദിക്കുന്നില്ല! അവർ നിങ്ങളുടെ സ്വത്ത് നശിപ്പി ക്കുന്നു. അതേസമയത്ത് അതിനെ പുതുക്കിയെടുക്കാൻ നിങ്ങളെ നിർബ്ബ ന്ധിക്കുകയും ചെയ്യുന്നു!" തെരുവിലെ പകുതിയോളം ഉല്പതിഷ്ണുക്കൾ കുവാൽഡായുടെ വാക്കുകൾ വിശ്വസിച്ച് മഴവെള്ളം കുത്തിയൊലിച്ചു വന്ന് അവരുടെ വീടുകൾ ഒലിച്ചുപോകുന്നതുവരെ കാത്തിരിക്കാമെന്ന് തീരുമാനം എടുത്തു. കൂടുതൽ ബുദ്ധിപൂർവ്വം ചിന്തിക്കുന്ന മറ്റുള്ളവർ അവർക്കുവേണ്ടി ഒരു മികച്ച വിശ്വസനീയമായ പരാതി നഗരസഭയിൽ കൊടുക്കാൻ തയ്യാറാക്കിയ അദ്ധ്യാപകനോടൊപ്പം ആയിരുന്നു. ഈ പരാ തിയിൽ നഗരസഭയുടെ പ്രമേയത്തെ തെരുവിലെ താമസക്കാർക്ക് അനു സരിക്കാൻ പറ്റില്ലെന്ന് കാര്യകാരണസഹിതം വിശദീകരിച്ചിരുന്നതുകൊണ്ട് നഗരസഭ അവരുടെ പരാതി സ്വീകരിച്ചു. പട്ടാളത്താവളത്തിൽ ഏതോ ചില അറ്റകുറ്റപ്പണികൾക്കു ശേഷം ബാക്കിവന്ന കല്ലും കട്ടയും തെരു വിലെ കുഴികൾ നികത്താൻ വേണ്ടി ഉപയോഗിക്കാൻ തീരുമാനിച്ചു. അതു കടത്തിക്കൊണ്ടുപോകുന്നതിന് വേണ്ടി അഗ്നിശമന വിഭാഗത്തിൽനിന്നും അഞ്ചു കുതിരകളെയും വിട്ടുകൊടുത്തു. ഇതിനേക്കാൾ ഉപരിയായി തെരു വിലൂടെ മലിനജലം ഒഴുകുന്നതിനു കുഴൽ സ്ഥാപിക്കേണ്ടത് ആവശ്യമാ ണെന്നും അവർക്ക് മനസ്സിലായി. ഇതും ഇതുപോലെയുള്ള മറ്റുകാര്യ

ങ്ങളും അദ്ധ്യാപകന്റെ ജനസ്വാധീനത്തെ വളരെ അധികം വർദ്ധിപ്പിച്ചു. അയാൾ അവർക്കുവേണ്ടി പരാതികൾ എഴുതി പത്രങ്ങളിൽ പ്രസിദ്ധീ കരിച്ചു. ഉദാഹരണത്തിന് ഒരിക്കൽ വാവിലോവിന്റെ ഭക്ഷണശാലയിലെ മീനും മറ്റ് ഭക്ഷണ സാധനങ്ങളും പണ്ടുള്ളതിൽനിന്നും മോശമായിട്ടു ണ്ടെന്ന് കടയിലെ പറ്റുവരവുകാർ ശ്രദ്ധിച്ചു. ഒന്നോ രണ്ടോ ദിവസത്തി നുശേഷം ഒരു പത്രം നിവർത്തിപ്പിടിച്ചുകൊണ്ട് വാവിലോ ഒരുക്ഷമാ പണം നടത്തുന്നത് അവർ കണ്ടു.

"അത് സത്യമാണ്., ഞാൻ അത്ര നല്ലതല്ലാത്ത പഴയ മീനുകളാണ് വാങ്ങിയതെന്ന് നിശ്ചയമായും സമ്മതിച്ചേപറ്റൂ. കാബേജും അല്പം പഴ കിയതായിരുന്നു. ആർക്കുവേണമെങ്കിലും ഇതിലൂടെ ഒരു അഞ്ചുകോ പ്പക്ക് പോക്കറ്റിലാക്കാൻ പറ്റുമെന്ന എല്ലാവർക്കും അറിയാം. അതുകൊണ്ട് എന്തുഫലമാണ് ഉണ്ടായത്? അത് ഒരു വിജയമായില്ല. എനിക്ക് ആർത്തി യായിരുന്നു. എനിക്ക് ഇതുവരണം. ബുദ്ധിയുള്ളവർ എന്നെ തുറന്നുകാ ണിച്ചു. അതുകൊണ്ട് ഞങ്ങൾ അത് മതിയാക്കുന്നു...."

ഈ കുമ്പസാരം ആളുകളിൽ വളരെ കൂടുതൽ മതിപ്പുണ്ടാക്കി. അതുകൂടാതെ അത് ആളുകൾക്ക് വീണ്ടും പഴയ കാബേജും മീനും കൊടുക്കുന്നതിനുള്ള അവസരം വാവിലോവിന് ഉണ്ടാക്കിക്കൊടുക്കു കയം ചെയ്തു. അവർക്ക് വാവിലോവിനെപ്പറ്റി അങ്ങേയറ്റത്തെ മതിപ്പ് തോന്നിയതുകൊണ്ട് മീനും കാബേജും മോശമാണെന്നുള്ള കാര്യം പോലും ഇടപാടുകാർ ശ്രദ്ധിച്ചില്ല

ഈ സംഭവം വളരെ പ്രാധാന്യം ഉള്ളതായിരുന്നു കാരണം ഇത് അദ്ധ്യാപകന്റെ ജനസമ്മതി മാത്രമല്ല പത്രങ്ങളിലെ അഭിപ്രായങ്ങളുടെ സ്വാധീനവും വർദ്ധിപ്പിച്ചു.

പലപ്പോഴും ഭക്ഷണശാലയിൽവെച്ച് അദ്ധ്യാപകൻ പ്രായോഗിക സദാചാരത്തെപ്പറ്റി പ്രസംഗിക്കുന്ന പതിവുണ്ട്.

ചായം പൂശുകാരൻ യാഷ്ക്കട്യാറിനോട് അയാൾ പറഞ്ഞു. "യക്കോവ്, നിങ്ങൾ ഭാര്യയെ തല്ലുന്നത് ഞാൻ കണ്ടിരുന്നു..."

യാഷ്ക്ക രണ്ട് ഗ്ലാസ് വോഡ്കയ്ക്ക് ശേഷം ചെറിയതോതിൽ ഉയർത്തപ്പെട്ട ഒരു അവസ്ഥയിലായിരുന്നു.

അയാൾ ഒരു വഴക്കുണ്ടാക്കുമെന്നുള്ള പ്രതീക്ഷയിൽ ആളുകൾ അയാളെ നോക്കി. എല്ലാവരും നിശ്ശബ്ദരായിരുന്നു.

"നിങ്ങൾ എന്നെ കണ്ടോ? എന്നിട്ട് അത് നിങ്ങൾക്കും ഇഷ്ടപ്പെട്ടോ?" യാഷ്ക്കയുടെ ചോദ്യം

ആളുകൾ അവരുടെ ചിരി നിയന്ത്രിച്ചു.

"ഇല്ല, എനിക്ക് അത് തീരെ ഇഷ്ടപ്പെട്ടില്ല." അദ്ധ്യാപകൻ മറുപടി പറയുന്നു. അയാളുടെ ശബ്ദം അങ്ങേയറ്റം ഗൗരവമുള്ളതായിരുന്നതു കൊണ്ട് എല്ലാവരും നിശ്ശബ്ദരാകുന്നു.

"ഞാൻ അതൊന്ന് പരീക്ഷിച്ചു നോക്കുകയായിരുന്നു. അദ്ധ്യാപ കൻ ചീത്തവിളിക്കുമെന്നുള്ള ഭയത്തോടെ ധൈര്യം അഭിനയിച്ചുകൊണ്ട് യാഷ്ക്ക പറഞ്ഞു.

അശ്രദ്ധമായി വിരലുകൾകൊണ്ട് മേശപ്പുറത്ത് കുത്തിവരച്ചുകൊ
ണ്ടിരുന്ന അദ്ധ്യാപകൻ പറഞ്ഞു "എനിക്ക് ഇത് ഇഷ്ടപ്പെടാത്തത് എന്തു
കൊണ്ടാണെന്ന് യാക്കോവിന് മനസ്സിലായോ?"

നമുക്ക് ഈ വിഷയത്തിനുള്ളിൽ കടന്ന് സമഗ്രമായ പരിശോധന
നടത്തി സത്യത്തിൽ നിങ്ങൾ ചെയ്യുന്നതെന്താണെന്നും അതിന്റെ ഫലം
എന്തായിരിക്കുമെന്നും മനസ്സിലാക്കാൻ ശ്രമിക്കാം. നിങ്ങളുടെ ഭാര്യ ഗർഭി
ണിയാണ്. ഇന്നലെ രാത്രിയിൽ നിങ്ങൾ അവരുടെ നെഞ്ചത്തും വയറ്റത്തും
ഇടിച്ചു. അതിന്റെ അർത്ഥം നിങ്ങൾ അവർക്കു മാത്രമല്ല കുട്ടിക്കും കൂടി
യാണ് അടികൊടുത്തതെന്നാണ്. നിങ്ങൾ അവനെ കൊല്ലുമായിരുന്നു.
നിങ്ങളുടെ ഭാര്യ മരിച്ചുപോകാനോ അല്ലാത്തപക്ഷം ഗുരുതരാവസ്ഥയി
ലാകാനോ ഉള്ള സാദ്ധ്യത ഉണ്ടായിരുന്നു. രോഗിയായ ഒരു സ്ത്രീയെ
പരിചരിക്കുന്നതിനുള്ള ബുദ്ധിമുട്ടുകൊണ്ട് ആഹ്ലാദം ഉണ്ടാവില്ല. അത്
തളർന്നു പോകുന്ന കാര്യമാണ്. കാരണം അസുഖത്തിന് മരുന്ന് വേണം.
മരുന്നിന് പണവും വേണം. നിങ്ങൾ ആ കുട്ടിയെ കൊന്നിട്ടില്ലെങ്കിൽ
ഒരുപക്ഷേ നിങ്ങൾ അവനെ വികലാംഗനാക്കിക്കാണും. അവൻ ജനിക്കാൻ
പോകുന്നത് കൂനനോ മുടന്തനോ ആയിട്ടായിരിക്കും. അതിന്റെ അർത്ഥം
അവൻ ജോലി ചെയ്യാൻ കഴിയില്ലെന്നാണ്. അവൻ ഒരു നല്ല ജോലിക്കാ
രനാവണമെന്നുള്ളത് നിങ്ങളെ സംബന്ധിച്ചിടത്തോളം വളരെ പ്രധാന
പ്പെട്ട കാര്യമാണ്. അവൻ ജനിക്കുന്നത് രോഗിയായിട്ടാണെങ്കിൽ അതും
വളരെ മോശപ്പെട്ട കാര്യമാണ്. കാരണം അവന്റെ അമ്മയ്ക്ക് അപ്പോൾ
ജോലിക്ക് പോകാൻ കഴിയില്ല. കൂടാതെ മരുന്നിന്റെ ആവശ്യവും ഉണ്ടാ
കും. നിങ്ങൾ നിങ്ങളോട് തന്നെ എന്താണ് ചെയ്യുന്നതെന്ന് നിങ്ങൾക്ക്
മനസ്സിലാകുന്നുണ്ടോ? കഠിനാദ്ധ്വാനം ചെയ്ത് ജീവിക്കുന്ന മനുഷ്യന്
ശക്തിയും ആരോഗ്യവും ഇല്ലാതിരിക്കാൻ കഴിയില്ല. അവർക്ക് നിശ്ചയ
മായും ശക്തിയും ആരോഗ്യവും ഉള്ള കുട്ടികൾ ഉണ്ടാവണം... ഞാൻ പറ
യുന്നത് സത്യമല്ലേ?"

"അതെ" കേൾവിക്കാർ സമ്മതിച്ചു.

"പക്ഷേ, ഇതൊന്നും ഒരിക്കലും സംഭവിക്കില്ല? അദ്ധ്യാപകൻ മുന്നോ
ട്ടുവെച്ച സാദ്ധ്യതകൾ കേട്ട് ഏറക്കുറെ ഭയന്നുപോയ യാഷ്ക്ക പറഞ്ഞു.
അവൾക്ക് നല്ല ആരോഗ്യം ഉണ്ട്. എനിക്ക് കുട്ടിയെ തൊടാൻ കഴിഞ്ഞിട്ടു
ണ്ടാവില്ല.. അവൾ ഒരു പിശാചാണ്. ഒരു വൃത്തികെട്ടവൾ. അയാൾ ദേഷ്യ
പ്പെട്ട് അലറി.

"ഞാൻ അവളെ... അവൾ തുരുമ്പു ഇരുമ്പ് തിന്നുതീർക്കുന്നതു
പോലെ എന്നെ തിന്നു തീർക്കും."

"യാക്കോവ് നിങ്ങൾക്ക് ഭാര്യയെ തല്ലാതിരിക്കാൻ കഴിയില്ലെന്ന്
എനിക്ക് മനസ്സിലായി." ആലോചനയിൽ മുങ്ങിയ അദ്ധ്യാപകന്റെ ശോച
നീയമായ ശബ്ദം വീണ്ടും കടന്നുവരുന്നു. "അങ്ങനെ പ്രവർത്തിക്കുന്ന
തിന് നിങ്ങൾക്ക് ധാരാളം കാരണങ്ങൾ കാണുമായിരിക്കും. യാതൊരു
മുൻവിചാരവുമില്ലാതെ ഭാര്യയെ തല്ലാനുള്ള കാരണം അവരുടെ സ്വഭാവം

ആണെന്നു തന്നെ വിചാരിക്കാം... പക്ഷേ, നിങ്ങളുടെ ദാരുണമായ ഇരുണ്ട ജീവിതവും..."

"നിങ്ങൾ പറഞ്ഞത് സത്യമാണ്." യാക്കോവ് വിളിച്ചുകൂവി. നമ്മൾ പുകക്കുഴലിനുള്ളിൽ കയറി പുകക്കുഴൽ വൃത്തിയാക്കുന്നവനെപ്പോലെ ഇരുട്ടിലാണ് ജീവിക്കുന്നത്!"

"നിങ്ങൾക്ക് ജീവിതത്തോട് അങ്ങേയറ്റത്തെ നീരസം ഉണ്ട്. പക്ഷേ, നിങ്ങളുടെ ഭാര്യക്ക്, നിങ്ങളുടെ ഏറ്റവും അടുത്ത ബന്ധുവായ നിങ്ങ ളുടെ ഭാര്യക്ക് ക്ഷമിക്കാൻ പറ്റുന്നുണ്ട്. അതുകൊണ്ടാണ് നിങ്ങൾ കൂടു തൽ ശക്തനാണെന്നുള്ള ഒരേ ഒരു കാരണംകൊണ്ട് നിങ്ങൾക്ക് അവരെ പീഡിപ്പിക്കാൻ കഴിയുന്നത്. അവർ നിങ്ങളോടൊപ്പം എപ്പോഴും ഉണ്ട്. അവർക്ക് നിങ്ങളെ വിട്ടുപോകാൻ കഴിയില്ല. നിങ്ങൾ ചെയ്യുന്നത് എത്ര മാത്രം അസംബന്ധം ആണെന്ന് നിങ്ങൾക്ക് മനസ്സിലാകുന്നില്ല."

"അതെല്ലാം ശരിയാണ്... എന്തെങ്കിലും ആകട്ടെ! പക്ഷേ, എനിക്ക് എന്തുചെയ്യാൻ കഴിയും? ഞാൻ ഒരു മനുഷ്യനല്ലേ?"

"അതുമാത്രമാണ്. നിങ്ങൾ ഒരു മനുഷ്യൻ മാത്രമാണ്... നിങ്ങൾക്ക് അവരെ അടിക്കാതിരിക്കാൻ കഴിയില്ലെങ്കിൽ സൂക്ഷിച്ചടിക്കണം എന്ന് മാത്രമാണ് ഞാൻ നിങ്ങളോട് പറയാൻ ആഗ്രഹിച്ചത്. അവരുടെയോ കുട്ടി യുടെയോ ആരോഗ്യം നിങ്ങൾ നശിപ്പിക്കുകയാണെന്ന് എപ്പോഴും ഓർമ്മ വേണം. ഗർഭിണിയെ അടിക്കുന്നത് ഒരിക്കലും നല്ലതല്ല.... അവരുടെ വയ റ്റത്തോ നെഞ്ചിലോ പുറത്തോ എവിടെയായാലും അത് നല്ലതല്ല. വേണ മെങ്കിൽ അവരുടെ കഴുത്തിൽ അടിക്കാം.... അല്ലെങ്കിൽ ഒരു കയർ എടുത്ത് ഏതെങ്കിലും മാംസളമായ ഭാഗത്ത് അടിക്കാം...."

പ്രാസംഗികൻ പ്രസംഗം നിർത്തി കേൾവിക്കാരനോട് അജ്ഞാത മായ ഏതോ കുറ്റത്തിന് മാപ്പുചോദിക്കുന്നതുപോലെ കറുത്ത കണ്ണുകൾ കൊണ്ട് ദയനീയമായി നോക്കി.

ആളുകൾക്ക് അത് മനസ്സിലാകുന്നുണ്ട്. അവർക്ക് ഒരിക്കൽ മനുഷ്യ നായിരുന്ന ജന്തുവിന്റെ മനഃസ്ഥിതിയും മദ്യശാലയുടെ മനഃസ്ഥിതിയും എല്ലാം മനസ്സിലാകും.

"യാഷ്ക, നിങ്ങൾക്ക് മനസ്സിലായോ? അതെല്ലാം എത്രമാത്രം സത്യ മാണെന്ന് നിങ്ങൾക്ക് തോന്നുന്നില്ലേ?"

ശ്രദ്ധയില്ലാതെ ഭാര്യയെ തല്ലുന്നതുകൊണ്ട് ഒരുപക്ഷേ അവൾക്ക് അപകടം സംഭവിക്കാൻ സാദ്ധ്യതയുണ്ടെന്ന് യാഷ്ക മനസ്സിലാക്കി. അയാൾ കൂട്ടുകാരുടെ ഫലിതങ്ങൾക്ക് വിളറിയ പുഞ്ചിരികൊണ്ട് മറുപടി പറഞ്ഞുകൊണ്ട് നിശ്ശബ്ദനായി ഇരുന്നു.

"മറ്റൊരു കാര്യം കൂടി പറയാം. ഒരു ഭാര്യ എന്നുപറഞ്ഞാൽ എന്താണ്?" റൊട്ടിക്കാരൻ മൊക്കെ അനിസിമോവ് തത്ത്വജ്ഞാനി ചമ ഞ്ഞു.

"ഒരു ഭാര്യ... നമ്മൾ ഈ വിഷയത്തെ ആ രീതിയിൽ സമീപിച്ചാൽ ഒരു സുഹൃത്താണ് അവൾ നിങ്ങളുടെ ജീവിതവുമായി ബന്ധിപ്പിച്ചിട്ടുള്ള

ഒരു ചങ്ങലയാണ്. നിങ്ങൾ രണ്ടുപേരും പായ്ക്കപ്പലിൽ തണ്ടുവലിക്കുന്ന അടിമകളെപ്പോലെയാണ്. നിങ്ങൾ അവളിൽനിന്ന് ഒഴിഞ്ഞുമാറാൻ ശ്രമി ച്ചാൽ ഒരിക്കലും അത് നടക്കില്ല. ചങ്ങലയുടെ വലിച്ചിൽ നിങ്ങൾക്ക് അനു ഭവപ്പെടും.”

“അല്പസമയം ഒന്ന് സംസാരം നിർത്തണം.” യാക്കോവ്‌ലവ് പറ യുന്നു. “പക്ഷേ, നിങ്ങളും ഭാര്യയെ തല്ലാറുണ്ട്.”

“ഭാര്യയെ തല്ലാറില്ലെന്ന് ഞാൻ പറഞ്ഞില്ലല്ലോ? ഞാൻ അവളെ അടി ക്കാറുണ്ട്... കൈവാക്കിന് മറ്റൊന്നും കിട്ടാനില്ല.... എന്റെ ക്ഷമ നശിക്കു മ്പോൾ കൈപ്പത്തി ചുരുട്ടി ഞാൻ ഭിത്തിയിൽ ഇടിക്കുമെന്ന് നിങ്ങൾ പ്രതീ ക്ഷിക്കുന്നുണ്ടോ?”

“എനിക്കും അതുപോലെ തോന്നാറുണ്ട്.” യാക്കോവ് പറഞ്ഞു.

“നമ്മുടെ ജീവിതം എന്തുമാത്രം ബുദ്ധിമുട്ടും കഷ്ടപ്പാടും ആണ്! സത്യത്തിൽ നമുക്ക് ഒരിടത്തും വിശ്രമം ഇല്ല!”

‘നിങ്ങൾ പോലും തെറ്റിദ്ധരിച്ച് ചിലപ്പോൾ ഭാര്യയെ തല്ലാറുണ്ട്.” ആരോ തമാശ പറയുന്നമട്ടിൽ അഭിപ്രായപ്പെടുന്നു. ഇതോടെ വളരെ ഇരു ട്ടിക്കഴിഞ്ഞ് വഴക്കിൽ അവസാനിക്കുന്നതുവരെ അവരുടെ സംസാരം നീണ്ടുപോകുന്നു. മദ്യത്തിന്റെയോ അല്ലെങ്കിൽ ഇത്തരം ചർച്ചകളിൽ പുറ ത്തുവരുന്ന വികാരങ്ങളുടെയോ യാതൊരു പുതുമകളും അവകാശപ്പെ ടാനില്ലാത്ത ഒരു അന്ത്യം.

ജനാലകളിൽ മഴയുടെ താളം. പുറത്ത് തണുത്തകാറ്റ് വീശിക്കൊ ണ്ടിരിക്കുന്നു. ഭക്ഷണശാല പുകയിലയുടെ പുകകൊണ്ട് നിറഞ്ഞിരുന്നു. നനഞ്ഞ തെരുവിൽ തണുപ്പായിരുന്നെങ്കിലും ഭക്ഷണശാലയ്ക്കുള്ളിൽ ചൂട് ഉണ്ട്. ഇടയ്ക്കിടയ്ക്ക് ഭക്ഷണശാലയുടെ ഉള്ളിലുള്ള മനുഷ്യരോട് പുറത്തുവന്ന് പലദിശകളിലേക്ക് പൊടിപടലങ്ങൾപോലെ ചിതറിമാറി ക്കൊള്ളാൻ ഭീഷണി മുഴക്കുന്നമട്ടിൽ കാറ്റ് ജനാലപ്പാളികളിൽ ആഞ്ഞ ടിക്കുന്നു, ചിലപ്പോൾ അതിന്റെ ഓരിയിടലിനിടയിലൂടെ നിരാശ നിറഞ്ഞ ഒരു ഞരക്കം കേൾക്കുന്നുണ്ട്. അത് വീണ്ടും കാറ്റിന്റെ തണുത്ത ക്രൂര മായ അട്ടഹാസത്തിൽ മുങ്ങിപ്പോകുന്നു. ഈ കാറ്റിന്റെ സംഗീതം വരാൻപോകുന്ന തണുപ്പുകാലത്തിന്റെ സൂര്യനില്ലാത്ത ശപിക്കപ്പെട്ട ഹ്രസ്വ മായ പകലുകളും സുദീർഘമായ രാത്രികളും അതിനുവേണ്ടി കരുതി വെക്കേണ്ടിവരുന്ന ധാരാളം ഭക്ഷണവും ചൂടുകവരുന്ന വസ്ത്രങ്ങളും എല്ലാം ചേർന്ന് സൃഷ്ടിക്കുന്ന വിഷാദം നിറഞ്ഞ ഇരുണ്ട ചിന്തകൾ ഏതൊ രാളിലും കുത്തിനിറയ്ക്കുന്നു. ഒഴിഞ്ഞ വയറുമായി തണുപ്പുകാലത്തെ നീണ്ടരാത്രികൾ ഉറങ്ങിത്തീർക്കാൻ ബുദ്ധിമുട്ടാണ്. തണുപ്പുകാലം വന്നു കൊണ്ടിരിക്കുന്നു. അതെ, അത് വന്നുകൊണ്ടിരിക്കുന്നു.... എങ്ങനെ ജീവിക്കും?

വരാനിരിക്കുന്ന ആപത്തിനെപ്പറ്റിയുള്ള ഈ മുന്നറിയിപ്പുകൾ തെരു വിലെ താമസക്കാർക്കിടയിൽ അതിശക്തമായ ആർത്തിയുണ്ടാക്കി. “ഒരി ക്കൽ മനുഷ്യരായിരുന്ന ജന്തുക്കളുടെ” നെടുവീർപ്പുകൾ അവരുടെ നെറ്റി

യിലെ ചുളിവുകളുടെ എണ്ണത്തിനൊപ്പം വർദ്ധിച്ചു. അവരുടെ ശബ്ദങ്ങൾ കൂടുതൽ കനത്തു. അവരുടെ പരസ്പരമുള്ള പെരുമാറ്റത്തിന് മൂർച്ച കൂടി. അതോടെ അവർക്കിടയിൽ മൃഗീയമായ കുറ്റകൃത്യങ്ങൾ പെരുകി. അവരുടെ ജീവിതത്തെ ക്രൂരമായ ഒരു തമാശയാക്കി മാറ്റാൻ കഴിവുള്ളവനും പ്രതിരോധിക്കാൻ കഴിയാത്തവനുമായ ശത്രുവിന്റെ നിലപാടിൽ ഭാഗ്യ ദോഷികളും പട്ടിണിക്കാരുമായ ഈ അശരണരുടെ ക്രൂരത വർദ്ധിക്കാ നുള്ള പ്രവണത കാണിച്ചു.

അപ്പോൾ അവർ പരസ്പരം തല്ലുകൂടാൻ തുടങ്ങി. കരുണാമയനായ വാവിലോവിന് കൈയിലുള്ളതെല്ലാം പണയംവെച്ച് തീരുന്നതുവരെ അവർ കുടിച്ചു. ഇതുപോലെ അവരുടെ ഹൃദയത്തെ കാർന്നുതിന്നുന്ന കഷ്ടപ്പാ ടുകൾ സഹിച്ച് ഇതിലും ക്രൂരമായ മഞ്ഞുകാലത്തിന്റെ ഭയപ്പാടുമായി അവർ ശരത്ക്കാലദിവസങ്ങൾ കഴിച്ചുകൂട്ടി.

ഇത്തരം അവസ്ഥകളിൽ കുവാൽഡാ അയാളുടെ തത്ത്വശാസ്ത്ര വുമായി അവരുടെ സഹായത്തിനെത്തി.

"സഹോദരന്മാരേ, നിങ്ങൾ ക്ഷോഭിക്കരുത്. എല്ലാ കാര്യങ്ങൾക്കും ഒരു അവസാനം ഉണ്ട്. ജീവിതത്തിന്റെ മുഖ്യമായ സവിശേഷത ഇതാ ണ്. മഞ്ഞുകാലം കടന്നുപോകും. അതിനുശേഷം വേനൽക്കാലം വരും... കുരുവികളിൽ പോലും ആഹ്ലാദം നിറയ്ക്കുന്ന ഐശ്വര്യത്തിന്റെ കാലം പക്ഷേ, അയാളുടെ പ്രസംഗങ്ങൾകൊണ്ട് യാതൊരു പ്രയോജനവും ഉണ്ടാ യില്ല. ഏറ്റവും ശുദ്ധവും നിർമ്മലവും ആണെങ്കിൽപ്പോലും ഒരു കവിൾ വെള്ളം ഒരു വിശക്കുന്ന മനുഷ്യനെ തൃപ്തനാക്കില്ല.

ആളുകളെ പാട്ടുപാടിയും കഥകൾ പറഞ്ഞും സന്തോഷിപ്പിക്കാൻ ശെമ്മാച്ചൻ ടരസ്സും പരിശ്രമിച്ചു. അതിൽ അയാൾ കൂടുതൽ വിജയിച്ചു. ചിലപ്പോൾ അയാളുടെ പരിശ്രമങ്ങൾ ഭക്ഷണശാലയ്ക്കുള്ളിലെ വന്യ മായ മദിരോത്സവങ്ങളിൽ അവസാനിച്ചു. അവർ പാട്ടുപാടി, പൊട്ടിച്ചി രിച്ചു. നൃത്തം ചെയ്തു മണിക്കൂറുകളോളം അവർ ഭ്രാന്തമാരെപ്പോലെ പെരുമാറി. അതിനുശേഷം ജീർണ്ണിച്ച വേഷങ്ങളിൽ വിരസതയോടെ പര സ്പരം സംസാരിച്ചും കാറ്റിന്റെ വന്യമായ ഓരിയിടൽ ശ്രദ്ധിച്ചും ഭക്ഷണശാലയിലെ വിളക്കിന്റെയും പുകയിലയുടെയും കറുത്ത പുകയിൽ മുങ്ങി സ്വന്തം ഇന്ദ്രിയങ്ങളെ മരവിപ്പിക്കാൻ വേണ്ടത്ര വോഡ്ക സമ്പാദി ക്കാനുള്ള വഴിയെന്തെന്ന് ദുഃഖത്തോടെ ആലോചിച്ചും അവർ നിശ്ശബ്ദത യിലേക്ക് കൂപ്പുകുത്തി.

എന്നു മാത്രമല്ല, അവരുടെ കൈകൾ ഓരോ മനുഷ്യനും എതിരാ യിരുന്നു. ഓരോരുത്തരുടെയും കൈകൾ അവർക്കും എതിരായിരുന്നു.

*   *   *   *   *

<h1 style="text-align:center">ഭാഗം രണ്ട്</h1>

ഈ ലോകത്ത് എല്ലാ കാര്യങ്ങളും ആപേക്ഷികമാണ്. അങ്ങേ യറ്റം മോശപ്പെട്ട അവസ്ഥയേക്കാൾ മോശമായ ഒരു അവസ്ഥയിലേക്ക് ഒരു മനുഷ്യന് മുങ്ങിത്താഴാൻ കഴിയില്ല. സെപ്തംബർ കഴിയാറായ സമ യത്ത് ഒരുദിവസം വാടകവീടിന്റെ വാതിലിനോട് ചേർന്നുകിടന്നിരുന്ന ബഞ്ചിൽ പതിവുപോലെ ആഴത്തിൽ ചിന്തിച്ചുകൊണ്ട് വാവിലോവിന്റെ ഭക്ഷണശാലയുടെ തൊട്ടടുത്തായി കച്ചവടക്കാരൻ പെറ്റിനിക്കോവ് പണി കഴിപ്പിച്ച കരിങ്കൽ കെട്ടിടത്തിലേക്ക് നോക്കിക്കൊണ്ട് അരിസ്റ്റിഡ് കുവാൽഡാ ഇരിക്കുകയായിരുന്നു. കുറേഭാഗത്ത് കാട് മൂടിക്കിടക്കുന്ന ഈ കെട്ടിടം ഒരു മെഴുകുതിരി ഫാക്ടറിയായി പ്രയോജനപ്പെടുത്തിയിരുന്നു.

രക്തം പൂശിയതുപോലെ ചുവന്ന പെയിന്റടിച്ച ആ കെട്ടിടം കാഴ്ച യിൽ വിശന്നുവലഞ്ഞ് എന്തിനേയും ആർത്തിയോടെ വാരിവിഴുങ്ങാൻ തയ്യാറായി വായും പിളർന്നു നില്ക്കുന്ന കേടായിപ്പോയ ഒരു പരുക്കൻ യന്ത്രമാണെന്ന് തോന്നിയിരുന്നു. നരച്ച നിറമുള്ള പലകകൾകൊണ്ട് നിർമ്മിച്ച വാവിലോവിന്റെ ഭക്ഷണശാല അതിന്റെ തുളകൾ നിറഞ്ഞ മേല്ക്കൂരയുമായി ഫാക്ടറിയുടെ ഒരു കരിങ്കൽ മതിലിൽ ചാരിയാണ് നിന്നിരുന്നത്. അത് ആ കെട്ടിടത്തിൽ പറ്റിപ്പിടിച്ച് നില്ക്കുന്ന ഏതോ ഒരു വലിയ പരാന്നഭുക്കാണെന്ന് തോന്നി. ആ പഴയ കെട്ടിടം ഉടൻതന്നെ പൊളിച്ചുമാറ്റി പകരം അവർ പുതിയകെട്ടിടങ്ങൾ പണിയാൻ സാദ്ധ്യത യുണ്ടെന്നാണ് ക്യാപ്റ്റൻ ആലോചിച്ചു കൊണ്ടിരുന്നത്. "അവർ വാടക വീടുപോലും നശിപ്പിച്ചെന്നുവരും" അയാൾ ആലോചിച്ചു. "മറ്റൊരു സ്ഥലം അന്വേഷിക്കേണ്ടിവരും. പക്ഷേ, ഇതുപോലെ കുറഞ്ഞ ചെലവിൽ ഒരെണ്ണം കണ്ടെത്താൻ കഴിയില്ല. ഒരു കച്ചവടക്കാരൻ അല്ലെങ്കിൽ അതുപോലുള്ള മറ്റാരെങ്കിലും മെഴുകുതിരിയോ സോപ്പോ നിർമ്മിക്കാൻ ആലോചിക്കു

നതുകൊണ്ടുമാത്രം പരിചയിച്ച സ്ഥലത്തുനിന്നും മാറേണ്ടിവരുന്നത് അവശ്യമാണെങ്കിൽക്കൂടി അത് വലിയ കഷ്ടംതന്നെയാണ്." അത്തരം ഒരു ശത്രുവിന്റെ ജീവിതം കുറച്ചുകാലത്തേക്കെങ്കിലും അയാൾക്ക് ദുരി തത്തിലാക്കാൻ കഴിഞ്ഞിരുന്നെങ്കിൽ ഹോ! എത്രസന്തോഷത്തോടെ അയാൾ അത് ചെയ്യുമായിരുന്നു!

ഇന്നലെ ഒരു വാസ്തുശില്പിക്കും മകനും ഒപ്പം ഇവാൻ ആന്ദ്രിയോ വിച്ച് പെറ്റുനിക്കോവ് വാടകപ്പുരയുടെ പറമ്പിൽ വന്നിരുന്നു. അവർ മുറ്റം അളന്ന് നോക്കി. അങ്ങിങ്ങായി ചെറിയ തടിക്കുറ്റികൾ കുത്തി നിർത്തി. പെറ്റിനിക്കോവ് സ്ഥലം വിട്ടപ്പോൾ ക്യാപ്റ്റന്റെ കല്പന അനുസരിച്ച് മിറ്റി യോർ അതെല്ലാം പിഴുത് ദൂരെ എറിഞ്ഞു.. ക്യാപ്റ്റന്റെ കണ്ണിൽ ഈ കച്ച വടക്കാരൻ മെലിഞ്ഞ് പൊക്കംകുറഞ്ഞ മനുഷ്യനാണെന്ന് തോന്നി. അയാൾ ഇറക്കമുള്ള കോട്ടുപോലുള്ള ഒരുവേഷവും വൃത്തിയുള്ള ഉയർന്ന ബൂട്ടുകളും ഒരു വെൽവെറ്റ് തൊപ്പിയുമാണ് ധരിച്ചിരുന്നത്. അയാൾക്ക് ഉന്തിയ കവിളെല്ലുകളുള്ള മെലിഞ്ഞ മുഖവും ആപ്പുപോലെ കൂർത്ത നര ച്ച താടിയും ചുളിവുകളുള്ള ഉയർന്ന നെറ്റിക്കുതാഴെ ഇടുങ്ങിയതും തിള ക്കമുള്ളതും ചാരനിറമുള്ളതും നിരീക്ഷണം നടത്തിക്കൊണ്ടിരിക്കുന്ന തുമായ രണ്ട് ചെറിയ കണ്ണുകളും ഉണ്ടായിരുന്നു.... മൂർച്ചയുള്ള ഒരു കൂർത്ത മൂക്ക്, നേർത്ത ചുണ്ടുകളുള്ള ഒരു ചെറിയ വായ്.... മൊത്തത്തിൽ അയാളുടെ രൂപം അത്യാർത്തിയുള്ള ധർമ്മനിഷ്ഠയുള്ളവനെന്നു ഭാവിക്കുന്ന ആദരവ് തോന്നുന്നതരത്തിൽ കൗശലക്കാരനായ ഒരു മനുഷ്യന്റേതായിരുന്നു.

'കുറുക്കന്റെയും പന്നിയുടെയും ശങ്കരസന്തതി!' പെറ്റിനിക്കോവു മായുള്ള ആദ്യ കൂടിക്കാഴ്ച ഓർമ്മിച്ചുകൊണ്ട് ക്യാപ്റ്റൻ ഒറ്റശ്വാസത്തിൽ ശപിച്ചു. കച്ചവടക്കാരൻ ഒരു നഗരസഭാംഗത്തിനൊപ്പമായിരുന്നു വീട് വാങ്ങാൻ വന്നിരുന്നത്. ക്യാപ്റ്റനെ കണ്ടപ്പോൾ അയാൾ കൂട്ടുകാരനോട് ചോദിച്ചു.

"ഇത് നിങ്ങളുടെ വാടകക്കാരനാണോ?"

ഒന്നരവർഷം മുമ്പുള്ള ആ ദിവസം മുതൽ വാടകവീട്ടിലെ താമസ ക്കാർ തമ്മിൽ ആർക്കാണ് കച്ചവടക്കാരനെ ഏറ്റവും രൂക്ഷമായി ചീത്തവി ളിക്കാൻ പറ്റുന്നതെന്ന പ്രശ്നത്തിൽ അങ്ങേയറ്റം താല്പര്യത്തോടെയുള്ള ഒരുമത്സരം നടക്കുന്നുണ്ടായിരുന്നു. അതുകൂടാതെ ക്യാപ്റ്റന്റെ വാക്കുകളിൽ പറഞ്ഞാൽ പെറ്റിനിക്കോവും ക്യാപ്റ്റനുമായി കഴിഞ്ഞ രാത്രിയിൽ വാക്കുകൾ കൊണ്ടുള്ള ഒരു ചെറിയ അടിപിടി ഉണ്ടായിരുന്നു. വാസ്തുശില്പിയെ പറഞ്ഞുവിട്ടതിനുശേഷം കച്ചവടക്കാരൻ ക്യാപ്റ്റന്റെ അടുത്തുവന്നു.

"നിങ്ങൾ എന്താണ് അടയിരിക്കുന്നത്?" തൊപ്പി ശരിയാക്കാൻ വേണ്ടിയാണോ, അതോ അഭിവാദനം ചെയ്യാൻ വേണ്ടിയാണോ എന്ന് വ്യക്തമല്ലാത്ത രീതിയിൽ അയാൾ തൊപ്പിയിൽ കൈവെച്ചു.

"നിങ്ങൾ എന്താണ് ഗൂഢാലോചന നടത്തുന്നത്?" അതേ ശൈലി യിൽ ക്യാപ്റ്റൻ മറുപടിയായി മറ്റൊരു ചോദ്യം ഉന്നയിച്ചു. താടി ചെറി യതോതിൽ വിറയ്ക്കുന്ന രീതിയിൽ അയാൾ കീഴ്ത്താടി ചലിപ്പിച്ചു.

സൂക്ഷ്മമായി നിരീക്ഷിക്കാത്ത ഒരുവന് അതൊരു അഭിവാദനമായി തെറ്റി ദ്ധരിക്കാവുന്നതാണ്. അല്ലാത്തപക്ഷം അത് അയാൾ കടിച്ചു പിടിച്ചിരുന്ന പൈപ്പിന്റെ സ്ഥാനം വായുടെ ഒരറ്റത്തുനിന്നും മറ്റേഅറ്റത്തേക്ക് മാറ്റാനുള്ള ആഗ്രഹത്തിന്റെ പ്രകടനം മാത്രമായിരുന്നു. "അതായത് എനിക്ക് ധാരാളം പണം ഉള്ളതുകൊണ്ട് അതിന്റെ മുകളിൽ അടയിരിക്കാൻ പറ്റും, പണം ഒരു നല്ല കാര്യമാണ്. എനിക്ക് അത് സ്വന്തമായുണ്ട്." ക്യാപ്റ്റൻ സൂത്ര ത്തിൽ കച്ചവടക്കാരനെ ഒളിക്കണ്ണിട്ടു നോക്കിക്കൊണ്ട് ഒരു തമാശ പറ ഞ്ഞു. "അതിന്റെ അർത്ഥം നിങ്ങൾ പണത്തെ സേവിക്കുന്നു എന്നാണ്. പണം നിങ്ങളെ സേവിക്കുന്നില്ല. കച്ചവടക്കാരന്റെ വയറ്റത്ത് ഇടികൊടു ക്കാൻ ആഗ്രഹിക്കുന്നതിനിടയിലും കുവാൽഡാ സംസാരം തുടർന്നു.

"ഇതെല്ലാം ഒന്നുതന്നെയല്ലേ? പണം ജീവിതത്തെ സുഗമമാക്കുന്നു. പക്ഷേ, പണം ഇല്ലെങ്കിൽ" കച്ചവടക്കാരൻ ദാരിദ്ര്യത്തിന്റെ തീവ്രമുഖഭാവ ത്തോടെ ക്യാപ്റ്റന്റെ മുഖത്തേക്ക് നോക്കി. ക്യാപ്റ്റന്റെ മേൽച്ചുണ്ടുകൾ ചുരുണ്ടുകയറി ചെന്നായയുടേതുപോലുള്ള വലിയ പല്ലുകൾ പ്രത്യക്ഷപ്പെട്ടു.

"മനസ്സാക്ഷിയും ബുദ്ധിയും ഉണ്ടെങ്കിൽ അതില്ലാതെ തന്നെ ജീവി ക്കാൻ പറ്റും. മനുഷ്യർക്ക് സമ്പത്ത് ആവശ്യമായിവരുന്നത് അവർ അവ രുടെ മനസ്സാക്ഷിക്ക് ചെവികൊടുക്കാതാകുമ്പോൾ ആണ്... മനസ്സാക്ഷി കുറയുന്തോറും പണം കൂടും!"

"അങ്ങനെയാണെന്ന് പറയാൻ പറ്റില്ല. പക്ഷേ, പണവും മനസ്സാ ക്ഷി ഇല്ലാത്ത മനുഷ്യർ ഉണ്ടല്ലോ."

"നിങ്ങൾ ചെറുപ്പമായിരുന്നപ്പോൾ ഇതുപോലെതന്നെ ആയിരുന്നോ? കുവാൽഡാ സാധാരണമട്ടിൽ ചോദിച്ചു. മറ്റെയാളുടെ നാസാരന്ധ്രങ്ങൾ വികസിച്ചു. ഇവാൻ ആന്ദ്രിയേവിച്ച് പെറ്റുനിക്കോവ് ദീർഘശ്വാസം വലിച്ച് കണ്ണുതുടച്ചുകൊണ്ട് പറഞ്ഞു.

"ഹോ! ഞാൻ ചെറുപ്പമായിരുന്നപ്പോൾ എനിക്ക് ധാരാളം ബുദ്ധിമു ട്ടുകൾ സഹിക്കേണ്ടി വന്നിരുന്നു.... ജോലി! ഹോ! ഞാൻ ചെയ്ത ജോലികൾ.

"നിങ്ങൾ വഞ്ചിച്ചു കാണുമെന്നാണ് ഞാൻ വിചാരിക്കുന്നത്?'

"നിങ്ങളെപ്പോലെയുള്ള ആളുകളെ ആണോ? മാന്യന്മാരെ? ഞാൻ അങ്ങനെ ചിന്തിക്കേണ്ടതായിരുന്നു! അവർ എന്റെ കാലിൽ കെട്ടിപ്പിടിച്ച് ഇഴയാറുണ്ടായിരുന്നു!"

"നിങ്ങൾ പിടിച്ചുപറിക്കാൻപോയിട്ടുള്ളതല്ലാതെ കൊലപാതകം ചെയ്തിട്ടുണ്ടെന്ന് ഞാൻ വിചാരിക്കുന്നില്ല. ഉണ്ടോ?" ക്യാപ്റ്റൻ ചോദി ച്ചു. പെറ്റുനിക്കോവ് വിളറിപ്പോയി. അയാൾ പെട്ടെന്ന് വിഷയം മാറ്റി.

"നിങ്ങൾ ഒരു മോശം ആതിഥേയൻ ആണ്. അതിഥിയെ നിർത്തി ക്കൊണ്ടാണ് നിങ്ങൾ ഇരിക്കുന്നത്."

"അയാൾക്കും ഇരിക്കാം." കുവാൽഡാ പറഞ്ഞു.

"പക്ഷേ, എന്തിന്റെ പുറത്താണ് എനിക്ക് ഇരിക്കാൻ പറ്റുന്നത്?"

"ഭൂമിയുടെ മുകളിൽ... എന്ത് ചവറും അത് താങ്ങിക്കൊള്ളും."

"നിങ്ങൾ അതിന്റെ തെളിവാണ്." പെറ്റുനിക്കോവ് ശബ്ദം താഴ്ത്തി പറയുന്നതിനിടയിൽ ക്യാപ്റ്റനെ വെറുപ്പോടെ നോക്കി.

അതിനുശേഷം കച്ചവടക്കാരൻ തന്നെ ഭയക്കുന്നുണ്ടെന്നുള്ള തോന്നൽ കുവാൽഡായ്ക്ക് നല്കിക്കൊണ്ട് അവിടെനിന്ന് തിരിച്ചുനട ന്നു. കച്ചവടക്കാരന് കുവാൽഡായെ ഭയം ഇല്ലായിരുന്നെങ്കിൽ വളരെ മുമ്പുതന്നെ അയാളെ വാടകവീട്ടിൽനിന്നും ഒഴിപ്പിക്കുമായിരുന്നു. പക്ഷേ, അയാൾക്ക് മാസംതോറും കിട്ടിക്കൊണ്ടിരിക്കുന്ന അഞ്ചു റൂബിളിന്റെ കാര്യം ഓർമ്മ വരുന്നതുകൊണ്ട് കുവാൽഡായെ വാടകവീട്ടിൽനിന്നും പറഞ്ഞുവിടുന്നതിന് മുമ്പ് അയാൾ വീണ്ടും രണ്ടുതവണ ആലോചി ക്കും. പെറ്റുനിക്കോവ് സാവധാനം മുറ്റത്തുനിന്നും തിരിച്ചുപോകുന്നത് ആഹ്ലാദത്തോടെ ക്യാപ്റ്റൻ നോക്കിക്കൊണ്ടിരുന്നു. കച്ചവടക്കാരൻ ഫാക്ടറികടന്ന് കാട്ടിനുള്ളിൽ അപ്രത്യക്ഷനാകുന്നതുവരെ ക്യാപ്റ്റന്റെ കണ്ണുകൾ അയാളെ പിന്തുടർന്നു. കാട്ടിനുള്ളിൽ വീണ് പെറ്റുനിക്കോ വിന്റെ മൊത്തം എല്ലുകളും ഒടിയണമെന്ന് അയാൾ അങ്ങേയറ്റം ആഗ്ര ഹിച്ചു. കുന്നിറങ്ങി കാട്ടിനുള്ളിലേക്ക് ചിലന്തി വലയിലേക്ക് കയറുന്നതു പോലെ കയറിപ്പോകുന്ന പെറ്റുനിക്കോവിനെ ശ്രദ്ധിച്ചുകൊണ്ടിരിക്കുമ്പോൾ അയാൾ പലതരത്തിലുള്ള ഭയാനകമായ അത്യാഹിതങ്ങളെപ്പറ്റി ആലോ ചിച്ചുകൊണ്ടിരുന്നു. കഴിഞ്ഞ രാത്രിയിൽ കാട് പിളർന്നുമാറി. കച്ചവട ക്കാരൻ അതിനുള്ളിൽ വീണുപോയതായി അയാൾക്ക് തോന്നിയിരുന്നു... പക്ഷേ, പിന്നീട് അയാൾ വെറുതെ സ്വപ്നം കാണുകയായിരുന്നെന്ന് അയാൾക്ക് മനസ്സിലായി.

അതിനുശേഷം ഇന്നും ആ വലിയ ചുവന്ന കെട്ടിടം ജീവിതത്തെ പൂർണ്ണമായും ഊറ്റിക്കുടിക്കാനെന്നമട്ടിൽ കെട്ടുറപ്പോടെ അരിസ്റ്റിഡ് കുവാൽഡായുടെ കണ്ണിനുമുമ്പിൽ ഉറച്ചുനില്ക്കുന്നു. അതിന്റെ അകല മുള്ള ഭിത്തികൾകൊണ്ട് അത് ക്യാപ്റ്റനെ നോക്കി. കളിയാക്കിച്ചിരിക്കു കയാണെന്ന് തോന്നി. പ്രധാന തെരുവിലെ നികൃഷ്ടമായ ചെറ്റപ്പുര കൾക്ക് മുകളിൽ കോരിയൊഴിക്കുന്നത്ര മഹാമനസ്കതയോടെ സൂര്യൻ ഈ കെട്ടിടത്തിനു മുകളിലും പ്രകാശം ചൊരിഞ്ഞിരിക്കുന്നു.

"എവിടെയെങ്കിലും പോയിതുലയട്ടെ!" ഫാക്ടറിയുടെ ഭിത്തിയിൽ നോക്കിയിരുന്ന് എന്തൊക്കെയോ കണക്കുകൂട്ടലുകൾ മനസ്സിൽ നടത്തി ക്കൊണ്ടിരിക്കുന്ന ക്യാപ്റ്റൻ വിളിച്ചുകൂവി. "അങ്ങനെയാണെങ്കിൽ..." അയാളുടെ മനസ്സിലേക്ക് അപ്പോൾ കടന്നുവന്ന ചിന്തയുടെ ആവേശ ത്തിൽ അരിസ്റ്റിഡ് കുവാൽഡാ ചാടി എഴുന്നേറ്റ് സ്വയം പിറുപിറുത്തു കൊണ്ട് വാവിലോവിന്റെ ഭക്ഷണശാലയിലേക്ക് ഓടിപ്പോയി.

മേശയുടെ പിന്നിലുണ്ടായിരുന്ന വാവിലോവ് അയാളെ സൗഹൃദ ത്തോടെ സ്വീകരിച്ചു.

"ഓടിവന്നത് എന്തിനാണ്?" അയാൾക്ക് ശരാശരി പൊക്കവും കഷ ണ്ടിത്തലയും നരച്ചതലമുടിയും പല്ലുതേയ്ക്കുന്ന ബ്രഷുപോലെ കൂർത്ത മേൽമീശയും ഉണ്ടായിരുന്നു. വൃത്തിയുള്ള ജാക്കറ്റ് ധരിച്ച അയാളുടെ നിവർന്ന ശരീരവും ചലനങ്ങളും ഓരോ നിമിഷത്തിലും അയാൾ ഒരു പഴയ പട്ടാളക്കാരനാണെന്ന് ഓർമ്മപ്പെടുത്തി.

"എഗോർക്കാ, നിങ്ങളുടെ വീടിന്റെ ചിത്രങ്ങളും ആധാരവും എനിക്ക് കാണണം." കുവാൽഡാ അക്ഷമനായി ആവശ്യപ്പെട്ടു.

"ഞാൻ അത് നിങ്ങളെ മുമ്പ് കാണിച്ചിട്ടുണ്ട്" ഈഗോർ വാവിലോവ് സംശയത്തോടെ ക്യാപ്റ്റന്റെ മുഖത്തേക്ക് സൂക്ഷിച്ചുനോക്കി.

"എനിക്ക് കാണണം!" അടുത്തുകിടന്ന സ്റ്റൂളിൽ ഇരുന്ന് കൈചുരുട്ടി മേശപ്പുറത്തിടിച്ചുകൊണ്ട് ക്യാപ്റ്റൻ അലറി.

"പക്ഷേ, എന്തിന്?" കുവാൽഡാ ആവേശത്തിലായിരിക്കുമ്പോൾ കൂടുതൽ ചോദ്യങ്ങൾ നല്ലതല്ലെന്ന് മനസ്സിലാക്കിയിരുന്നെങ്കിലും വാവി ലോവ് വീണ്ടും സംശയം ചോദിച്ചു.

"വിഡ്ഢീ ഉടൻതന്നെ അത് കൊണ്ടുവരണം."

വാവിലോവ് നെറ്റിതുടച്ചുകൊണ്ട് ക്ഷമ നശിച്ചമട്ടിൽ മേല്ക്കുരയി ലേക്ക് നോക്കി.

"നിങ്ങളുടെ ആ കടലാസുകൾ എവിടെയാണ്?"

മേല്ക്കുരയിൽ അതിനുള്ള മറുപടി ഉണ്ടായിരുന്നില്ല. അതുകൊണ്ട് ആ പഴയ പട്ടാളക്കാരൻ തലകുനിച്ച് നിലത്തു നോക്കിക്കൊണ്ട് ആലോ ചനയോടെ മേശപ്പുറത്ത് വിരലുകൾകൊണ്ട് താളം പിടിക്കാൻ തുടങ്ങി.

"ഗോഷ്ടി കാണിച്ചതുകൊണ്ട് പ്രയോജനം ഉണ്ടാകാൻ പോകുന്നി ല്ല. ഒരുപഴയ പട്ടാളക്കാരൻ ഒരു ഭക്ഷണശാലയുടെ നടത്തിപ്പുകാരൻ ആകു ന്നതിലും ഭേദം ഒരു കള്ളനാകുന്നതാണെന്ന് ചിന്തിച്ചിരുന്ന ക്യാപ്റ്റൻ അലറി. ക്യാപ്റ്റന് അയാളോട് വലിയ സ്നേഹം ഒന്നും ഉണ്ടായിരുന്നില്ല.

"ഓ ശരിയാണ്! അരിസ്റ്റിഡ് ഫോമിച്ച് ഇപ്പോൾ അത് എനിക്ക് ഓർമ്മ വന്നു. എനിക്ക് ഇതിന്റെ അവകാശം കിട്ടിയപ്പോൾ അത് മേൽക്കോടതി യിൽ ഏല്പിച്ചിരിക്കുകയാണ്."

"എഗോർക്കാ, നിങ്ങൾക്ക് നല്ലതിനു വേണ്ടിയാണ്! വീടിന്റെ രൂപ രേഖയും ആധാരവും മാത്രമല്ല നിങ്ങളുടെ കൈയിലുള്ളതെല്ലാം ഉടൻ കാണണമെന്ന് പറഞ്ഞത്, നിങ്ങൾക്ക് താല്പര്യമുള്ള കാര്യത്തിനാണ്. ഇതിന്റെ പുറത്ത് നിങ്ങൾക്ക് ഏറ്റവും കുറഞ്ഞത് നൂറു റൂബിളെങ്കിലും കിട്ടും. മനസ്സിലായോ?"

വാവിലോവിന് ഒന്നും മനസ്സിലായില്ല. പക്ഷേ, ക്യാപ്റ്റന്റെ സംസാരം വിശ്വാസം തോന്നുന്ന രീതിയിൽ ഗൗരവമുള്ള ശബ്ദത്തിലായിരുന്നു. പട്ടാ ളക്കാരന്റെ കണ്ണുകൾ ജിജ്ഞാസകൊണ്ട് ജ്വലിച്ചു. ഏതെങ്കിലും കടലാ സുകൾ മേശയിലുണ്ടോ എന്ന് നോക്കാമെന്ന് പറഞ്ഞുകൊണ്ട് അയാൾ പിന്നിലുണ്ടായിരുന്ന വാതിൽ തുറന്ന് അകത്തേക്ക് പോയി, രണ്ടു മിനിറ്റി നുശേഷം മുഖത്ത് അങ്ങേയറ്റത്തെ അത്ഭുതം സംഭവിച്ചമട്ടിൽ കൈയിൽ കടലാസുകൾ പൊക്കിപ്പിടിച്ചുകൊണ്ട് അയാൾ തിരിച്ചുവന്നു.

"ഈ നശിച്ച വീടിന്റെ പ്രമാണങ്ങളെല്ലാം ഇതാ ഇവിടെത്തന്നെ ഉണ്ട്"

"ഓ! എടോ വായിനോക്കി എന്നിട്ടും താനൊരു പട്ടാളക്കാരനായി രുന്നെന്ന് ഭാവിക്കാറുണ്ടല്ലോ!" അയാളുടെ കൈയിൽനിന്നും നീലനിറ മുള്ള കടലാസുകൾ തട്ടിപ്പറിക്കുമ്പോഴും കുവാൽഡാ നാക്കുകൊണ്ടുള്ള

പ്രഹരം അവസാനിപ്പിച്ചിരുന്നില്ല. പിന്നീട് അയാളുടെ മുന്നിൽ വെച്ചു തന്നെ ക്യാപ്റ്റൻ കടലാസുകൾ മറിച്ചുനോക്കി. ഒരേസമയം വായിക്കാനും ദീർഘനിശ്വാസം വിടാനും തുടങ്ങിയപ്പോൾ വാവിലോവിന്റെ ജിജ്ഞാസ ആളിപ്പടർന്നു. ഒടുവിൽ തീരുമാനം എടുത്തമട്ടിൽ കടലാസുകൾ മേശ പ്പുറത്ത് ഉപേക്ഷിച്ചതിനുശേഷം സ്റ്റൂളിൽനിന്ന് എഴുന്നേറ്റ് ക്യാപ്റ്റൻ വാതി ലിനടുത്തേക്ക് നടക്കുന്നതിനിടയിൽ വാവിലോവിനോട് പറഞ്ഞു.

"അത് ഇവിടെ ഇരിക്കട്ടെ! മോഷ്ടിക്കരുത്."

വാവിലോവ് കടലാസുകൾ അടുക്കിപ്പെറുക്കി പണപ്പെട്ടിയിൽവെച്ച് പൂട്ടിയതിനുശേഷം അതിന്റെ സുരക്ഷിതത്വം കൈകൊണ്ട് പൂട്ടു വീണ്ടും പരിശോധിച്ച് ഉറപ്പാക്കി. അതിനുശേഷം എന്തൊക്കെയോ ആലോചിച്ച് കഷണ്ടിത്തല ചൊറിഞ്ഞുകൊണ്ട് അയാൾ ഭക്ഷണശാലയുടെ മേല്ക്കൂ രയുടെ മുകളിലേക്ക് കയറി. അവിടെയെത്തിയപ്പോൾ ക്യാപ്റ്റൻ വീടിന്റെ മുൻവശം അളന്നുകൊണ്ടിരിക്കുന്നതും വിരലുകൾ മടക്കി എണ്ണിനോക്കി യതിനുശേഷം വീണ്ടും അതേ വരിയിലൂടെ അളവ് തുടരുന്നതും അയാൾ കണ്ടു. അയാൾ ഉല്ക്കണ്ഠയോടെ ക്യാപ്റ്റനെ ശ്രദ്ധിച്ചു. പെട്ടെന്ന് വാവി ലോവിന്റെ മുഖത്ത് തെളിച്ചം വന്നു. അയാൾ സന്തോഷത്തോടെ പുഞ്ചിരിച്ചു.

"അരിസ്റ്റിഡ് ഫോമിച്ച്, അത് സാദ്ധ്യമാണോ? ക്യാപ്റ്റൻ മുന്നിൽ എത്തിയതോടെ അയാൾ വിളിച്ചു ചോദിച്ചു.

"തീർച്ചയായും. സാദ്ധ്യമാണ്. മുൻവശത്തു മാത്രം ഒന്നിന്റെ കുറവു ണ്ട്. ഉള്ളിലോട്ട് എത്രയുണ്ടെന്ന് ഞാൻ ഇപ്പോൾ പറയാം."

"ഉള്ളിലോട്ട് എഴുപത്തിമൂന്ന് അടിയാണ്." "എത്രയടി? വൃത്തികെട്ട കഷണ്ടിത്തലകൊണ്ട് ഊഹിച്ചതാണോ?"

"തീർച്ചയായും. അരിസ്റ്റിഡ് ഹോമിച്ച്! നിങ്ങൾക്ക് കണ്ണുണ്ടെങ്കിൽ ഒന്നുരണ്ട് കാര്യങ്ങൾ കൂടി കാണാൻ കഴിയും." വാവിലോവ് ആഹ്ലാദ ത്തോടെ വിളിച്ചുപറഞ്ഞു.

"അതായത് ഫാക്ടറിയുടെ എല്ലാ ഭിത്തിയും നിങ്ങളുടെ സ്ഥല ത്തേക്ക് കയറ്റിയാണ് കെട്ടിയിരിക്കുന്നത്. "ക്യാപ്റ്റൻ വാവിലോവിനോട് പറഞ്ഞു. "ഇനിയും നിങ്ങൾ ദയകാണിക്കരുത്! അദ്ധ്യാപകൻ വലിയ താമ സമില്ലാതെ ഇവിടെ എത്തിച്ചേരും. നമുക്ക് കോടതിയിലേക്ക് അയാളെ കൊണ്ട് ഒരു ഹർജി തയ്യാറാക്കാം. പ്രമാണപ്പത്രങ്ങളുടെ ചെലവ് കുറ യ്ക്കാൻവേണ്ടി നമുക്ക് നഷ്ടപരിഹാരമായി ന്യായമായ ഒരു തുക ചോദി ച്ചുനോക്കാം. പക്ഷേ, ഫാക്ടറി പൊളിച്ചു കിട്ടണമെന്ന് നമുക്ക് ആവശ്യ പ്പെടാം. എടോ കഴുതേ, ഇത് മറ്റുള്ളവരുടെ സ്ഥലം അതിക്രമിച്ച് കൈയ ടക്കിയതിന്റെ ഫലമാണ്. ഇത് നിങ്ങളുടെ ഭയങ്കര ഭാഗ്യമാണ്. ഇത് പൊളിക്കണമെന്ന് അയാളോട് നമുക്ക് നിർബ്ബന്ധം പിടിക്കാം. ജുഡാ സിനെ നമുക്ക് സമ്മർദ്ദത്തിലാക്കാൻ പറ്റും. ഫാക്ടറിയുടെ അടിത്തറ വരെ പൊളിക്കുന്നതിന്റെ ചെലവ് നമുക്ക് കണക്കുകൂട്ടാം. അതിനുവേണ്ടി വരുന്ന സമയംകൂടി കണക്കിലെടുത്ത് സത്യസന്ധനായ ജുഡാസിനെ കൊണ്ട് മറ്റൊരു രണ്ടായിരം റൂബിൽ കൂടി നമുക്ക് ചെലവാക്കിക്കാം."

"അയാൾ ഒരിക്കലും അത് നമുക്ക് തരില്ല." വാവിലോവ് വിളിച്ചു പറഞ്ഞു. പക്ഷേ, അയാളുടെ കണ്ണുകളിൽ ആർത്തിയുടെ തിളക്കം ഉണ്ടായിരുന്നു.

"നിങ്ങൾക്ക് തെറ്റുപറ്റി! അയാൾ അത് തരും.. നിങ്ങൾ ബുദ്ധി ഉപ യോഗിക്കണം. അയാൾക്ക് മറ്റെന്താണ് ചെയ്യാൻ കഴിയുന്നത്? പക്ഷേ, ഇഗോർക്കാ ഒരു കാര്യം ശ്രദ്ധിക്കണം. നിങ്ങൾ ചെറിയ തുകയ്ക്ക് സമ്മ തിച്ചുകൊടുക്കരുത്. അവർ നിങ്ങളെ വിലയ്ക്കു വാങ്ങാൻ ശ്രമിക്കുമെന്ന് ഉറപ്പുള്ള കാര്യമാണ്. നിങ്ങളെ നിങ്ങൾ വിലകുറച്ച് വില്ക്കരുത്. ഒരു പക്ഷേ, അവർ ഭീക്ഷണിപ്പെടുത്താൻ ഇടയുണ്ട്. പക്ഷേ, നിങ്ങൾക്ക് ഞങ്ങളെ വിശ്വസിക്കാം...."

ക്യാപ്റ്റന്റെ കണ്ണുകൾ സന്തോഷംകൊണ്ട് തിളങ്ങി. മുഖം ആവേശം കൊണ്ട് ചുവന്നു. അയാൾ വാവിലോവിന്റെ അത്യാർത്തിയെ ആളിക്ക ത്തിച്ചു. പെട്ടെന്ന് പ്രവർത്തിക്കേണ്ടതിന്റെ ആവശ്യം അയാളെ ബോദ്ധ്യ പ്പെടുത്തി. വളരെ സന്തോഷവും സംതൃപ്തിയും നിറഞ്ഞ ഒരു മാനസി കാവസ്ഥയിൽ കുവാൽഡാ അവിടെനിന്ന് തിരിച്ചുപോയി

വൈകിട്ട് എല്ലാവരും ക്യാപ്റ്റന്റെ കണ്ടുപിടുത്തത്തെപ്പറ്റി അറിഞ്ഞി രുന്നു. കോടതിയുടെ അറിയിപ്പ് കിട്ടിയ ദിവസം അവർ എല്ലാവരും പെറ്റു നിക്കോവിന് ഭാവിയിൽ വരാൻ പോകുന്ന കഷ്ടകാലത്തെപ്പറ്റി അവരവ രുടെ ആവേശത്തിന്റെയും അത്ഭുതത്തിന്റെയും നിറങ്ങൾചാലിച്ച് പര സ്പരം ചർച്ച ചെയ്യാൻ തുടങ്ങി. ക്യാപ്റ്റന് സ്വയം ഒരു നേതാവാണെന്ന് തോന്നി. അയാൾക്ക് സന്തോഷം ഉണ്ടായിരുന്നു. അയാളുടെ കൂട്ടുകാർക്ക് സംതൃപ്തിയും ഉണ്ടായിരുന്നു. മുറ്റത്ത് കൂട്ടംകൂടി ഇരുന്ന കീറിപ്പറിഞ്ഞ രൂപങ്ങൾ ആഹ്ലാദത്തിന്റെ കോലാഹലം നിറഞ്ഞ പ്രകടനങ്ങൾ നടത്തി. നിലത്ത് കൂട്ടിയിട്ടിരിക്കുന്ന മറ്റുചവറുകുനകൾ ശ്രദ്ധിക്കുന്നതിനേക്കാൾ ഒട്ടുംതന്നെ കൂടുതൽ ശ്രദ്ധ കൊടുക്കാതെ അവരുടെ നേർക്ക് വെറുപ്പോടെ കണ്ണോടിച്ചുകൊണ്ട് ഇടയ്ക്കിടയ്ക്ക് കടന്നുപോകാറുള്ള കച്ചവടക്കാരൻ പെറ്റുനിക്കോവിനെ അറിയാത്തവരായി അവരിൽ ആരും തന്നെ ഇല്ല. അയാൾസമ്പന്നനായിരുന്നു. അത് അവരെ കൂടുതൽ പ്രകോപിപ്പിച്ചു. സ്വാർത്ഥനായ ആ കച്ചവടക്കാരന്റെ പണസഞ്ചിക്ക് അവരിൽ ഒരാൾതന്നെ ഇപ്പോൾ കാര്യമായ ഒരു ക്ഷീണം വരുത്തുന്നത് എത്ര മനോഹരമായ കാര്യമാണ്. അത് അവർക്കെല്ലാം അങ്ങേയറ്റത്തെ ആഹ്ലാദം നല്കി. ക്യാപ്റ്റന്റെ കണ്ടുപിടിത്തം അവരുടെ കൈയിൽ ശക്തമായ ഒരു ആയുധം ആയിരുന്നു. നല്ലവണ്ണം ആഹാരം കഴിക്കുകയും വസ്ത്രം ധരിക്കുകയും ചെയ്യുന്ന എല്ലാവരോടും അവരിൽ ഓരോരുത്തർക്കും തീക്ഷ്ണമായ ശത്രുത തോന്നി. പക്ഷേ, ചിലരിൽ ഈ തോന്നൽ ശക്തിപ്പെടാൻ തുടങ്ങിയിരു ന്നില്ല. ഒരിക്കൽ മനുഷ്യരായിരുന്ന ഈ ജന്തുക്കൾ പെറ്റുനിക്കോവും കുവാൽഡായും തമ്മിൽ നടക്കാൻ പോകുന്ന പ്രതീക്ഷയ്ക്കുവകയുള്ള യുദ്ധത്തെപ്പറ്റി അവരുടെ ഭാവനയിൽ തിരിച്ചറിഞ്ഞുകഴിഞ്ഞിരുന്നു. അവർക്ക് ഈ .യുദ്ധത്തിൽ തീക്ഷ്ണമായ താല്പര്യം തോന്നിയിരുന്നു. രണ്ടാഴ്ചയോളം വാടകവീട്ടിലെ താമസക്കാർ കാര്യങ്ങളുടെ മുന്നോ

ട്ടുള്ള പുരോഗതി പ്രതീക്ഷിച്ചുകൊണ്ടിരുന്നു. പക്ഷേ, ഒരിക്കൽ പോലും പെറ്റുനിക്കോവ് കെട്ടിടം സന്ദർശിച്ചില്ല. അയാൾ നഗരത്തിലില്ലെന്നും ഹർജിയുടെ പകർപ്പ് അയാൾക്ക് കൊടുത്തിട്ടില്ലെന്നും വ്യക്തമായിരുന്നു. സിവിൽ കോടതിയുടെ താമസത്തെപ്പറ്റി കുവാൽഡാ രോഷാകുലനായി. ഈ നഗ്നപാദരായ പട്ടാളം കാത്തിരുന്നത്ര അക്ഷമയോടെ ആരെങ്കിലും എന്തെങ്കിലും ആ കച്ചവടക്കാരനെ കാത്തിരുന്നിട്ടുണ്ടാവില്ല.

"ആ വൃത്തികെട്ടവൻ വരുന്നതിനെക്കുറിച്ച് ആലോചിക്കുന്നുപോലും ഇല്ല."

"അതിന്റെ അർത്ഥം അയാൾക്ക് എന്നോട് പ്രണയം ഇല്ല!" ശെമ്മാ ച്ചൻ ടരസ് താടിക്ക് കൈകൊടുത്ത് പർവ്വതത്തിലേക്ക് പ്രതീക്ഷയോടെ നോക്കിക്കൊണ്ട് പാട്ടുപാടി.

ഒടുവിൽ പെറ്റുനിക്കോവ് പ്രത്യക്ഷപ്പെട്ടു. അയാൾ ഒരു വരനെപ്പോലെ വേഷം ധരിച്ച മകന്റെ കൂടെ ബഹുമാനം തോന്നുന്ന ഒരുകുതിരവണ്ടിയി ലാണ് വന്നത്. മകൻ ഇറക്കമുള്ള ഓവർ കോട്ടിട്ട ചുവന്ന കവിളുകളുള്ള സുന്ദരനായ ചെറുപ്പക്കാരൻ ആയിരുന്നു. അയാൾ ഇരുണ്ട കണ്ണട വച്ചി രുന്നു. അവർ കുതിരയെ തൊട്ടടുത്തുനിന്ന മരത്തിൽ കെട്ടി. മകൻ അള ക്കാനുള്ള ഉപകരണം പോക്കറ്റിൽനിന്ന് പുറത്തെടുത്ത് അച്ഛനെ ഏല്പി ച്ചു. അവർ സ്ഥലം അളക്കാൻ ആരംഭിച്ചു. രണ്ടുപേരും നിശ്ശബ്ദരായിരു ന്നു. രണ്ടുപേരും മാനസികസമ്മർദ്ദത്തിലായിരുന്നു.

"ഓ!" ക്യാപ്റ്റൻ സന്തോഷത്തോടെ ഉച്ചത്തിൽ വിളിച്ചുപറഞ്ഞു.

ആ സമയത്ത് വാടകവീട്ടിൽ ഉണ്ടായിരുന്നവരെല്ലാം പുറത്തു വന്ന് ഈ കാര്യത്തെ സംബന്ധിച്ചുള്ള അവരവരുടെ അഭിപ്രായങ്ങൾ ഉറക്കെപ്പറഞ്ഞു.

"മോഷണം ശീലമാക്കുന്നതുകൊണ്ടുള്ള കുഴപ്പം എന്താണ്? ചില പ്പോൾ ഒരാൾ മോഷ്ടിക്കുന്നതിനിടയിൽ കിട്ടുന്നതിനെക്കാൾ കൂടുതൽ നഷ്ടപ്പെടുത്താൻ ഇടയുണ്ട്." അയാളുടെ പരിവാരങ്ങൾക്കിടയിൽ പൊട്ടി ച്ചിരി ഉയർത്തിക്കൊണ്ട് ക്യാപ്റ്റൻ പറഞ്ഞു. ക്യാപ്റ്റനെ അംഗീകരിച്ചു കൊണ്ടുള്ള പലതരം അവ്യക്തമായ ശബ്ദങ്ങളും പുറത്തുവന്നു.

"സൂക്ഷിച്ച് സംസാരിക്കെടാ" പിശാചേ!" പെറ്റുനിക്കോവ് അലറി. "അല്ലെങ്കിൽ നിങ്ങളുടെ സംസാരത്തിന് ഞാൻ നിങ്ങളെ പൊലീസ് കോട തിയിൽ കേറ്റും!"

"നിങ്ങൾക്ക് സാക്ഷിയില്ലാതെ എന്നെ ഒന്നും ചെയ്യാൻ കഴിയില്ല. നിങ്ങളുടെ മകന് നിങ്ങളുടെ ഭാഗം ചേർന്ന തെളിവുകൊടുക്കാൻ പറ്റില്ല...." ക്യാപ്റ്റൻ അയാൾക്ക് മുന്നറിയിപ്പ് കൊടുത്തു.

"ദരിദ്രവാസിക്കിഴവാ, എല്ലാം ഒരുപോലെയാണ്. നിങ്ങളെ കുറ്റവാ ളിയായി കണ്ടെത്താനും സാദ്ധ്യതയുണ്ട്!" പെറ്റുനിക്കോവ് ക്യാപ്റ്റനെ ലക്ഷ്യം വെച്ച് കൈചുരുട്ടിക്കാണിച്ചു.

കണക്കുകൂട്ടലുകളിൽ ആഴത്തിൽ മുഴുകിപ്പോയിരുന്ന അയാളുടെ മകൻ അച്ഛന്റെ അസ്വസ്ഥതയിൽ കുസൃതിനിറഞ്ഞ ആഹ്ലാദം കണ്ടെ ത്തിയ ഇരുണ്ട മനുഷ്യരുടെ സംഘത്തെ ഒട്ടും തന്നെ ഗൗനിച്ചില്ല. ഒരു

തവണപോലും അയാൾ അവരുടെ ഭാഗത്തേക്ക് നോക്കിയില്ല. വിചാരിച്ചി
രുന്ന എല്ലാ അളവുകളും എടുത്തുകഴിഞ്ഞപ്പോൾ ഇവൻ ആന്ദ്രിയേവിച്ച്
പെറ്റുനിക്കോവ് നെറ്റിചുളിച്ചു. അയാൾ കുതിരവണ്ടിയിൽ കയറി സ്ഥലം
വിട്ടു. അയാളുടെ മകൻ ഉറച്ച കാൽവെപ്പുകളോടെ വാവിലോവിന്റെ ഭക്ഷ
ണശാലയിലേക്ക് കടന്നുവന്ന് കതകിനു പിന്നിൽ അപ്രത്യക്ഷനായി.

"ഹോ അവൻ ഉറച്ച തീരുമാനം എടുത്തിട്ടുവരുന്ന ഒരു   കൊച്ചുക
ള്ളനാണ്!... ഇനി എന്ത് സംഭവിക്കുമെന്ന് എനിക്ക് അറിയില്ല." കുവാൽഡാ
പറഞ്ഞു.

"എന്തു സംഭവിക്കാൻ? പെറ്റുനിക്കോവിന്റെ മകൻ എഗോർക്ക
വാവിലോവിനെ വിലയ്ക്കു വാങ്ങും." അബൈഡോക് ഉറപ്പിച്ചു പറഞ്ഞു.
ഈ കാര്യം അയാളെ വല്ലാതെ ആഹ്ലാദിപ്പിക്കുന്നുണ്ടെന്ന മട്ടിൽ അയാൾ
ചുണ്ടുകൾ തുറന്നടച്ചുകൊണ്ട് ഒരു പ്രത്യേക ശബ്ദം പുറപ്പെടുവിച്ചു.

"അതിൽ നിങ്ങൾ സന്തോഷിക്കുകയാണോ?" കുവാൽഡാ അയാ
ളോട് ഗൗരവത്തിൽ ചോദിച്ചു.

"മനുഷ്യന്റെ കണക്കുകൂട്ടലുകൾ അലസിപ്പോകുന്നതുകാണാൻ
എനിക്ക് എന്നും സന്തോഷമായിരുന്നു." ആഹ്ലാദത്തോടെ കൈ തമ്മിൽ
കൂട്ടിത്തിരുമ്മിക്കൊണ്ട് അബൈഡോക് പറഞ്ഞു. ക്യാപ്റ്റൻ ദേഷ്യപ്പെട്ട്
നിലത്ത് കാർക്കിച്ചുതുപ്പിയതിനുശേഷം നിശ്ശബ്ദനായി. അവർ എല്ലാവരും
നിലംപൊത്താറായ ആ കെട്ടിടത്തിന്റെ മുന്നിൽ നിന്നുകൊണ്ട് ഭക്ഷണ
ശാലയുടെ വാതിലിലേക്ക് നിശ്ശബ്ദരായി നോക്കിക്കൊണ്ടുനിന്നു. അങ്ങനെ
ഒരു മണിക്കൂറിൽ കൂടുതൽസമയം കടന്നുപോയി. അപ്പോൾ പെറ്റുനിക്കോ
വിന്റെ മകൻ അകത്തേക്ക് പോയതുപോലെ നിശ്ശബ്ദനായി പുറത്തേക്ക്
വന്നു. അയാൾ ഒരുനിമിഷം നടത്തം നിർത്തി ചുമച്ചുകൊണ്ടുനിന്നു. അതി
നുശേഷം അയാളുടെ ഓരോ ചലനവും വീക്ഷിച്ചുകൊണ്ടുനിന്ന ആൾക്കൂ
ട്ടത്തിന്റെ നേർക്ക് കോട്ടിന്റെ കോളർ ഉയർത്തിവെച്ച് വെറുതെ കണ്ണോ
ടിച്ചതിനുശേഷം നഗരത്തിലേക്കുള്ള വഴിയിലൂടെ മുന്നോട്ടു നടന്നു.

ക്യാപ്റ്റൻ ഒരുനിമിഷം അയാളെ ശ്രദ്ധിച്ചുനോക്കിയതിനുശേഷം
അബൈഡോക്കിന്റെ മുഖത്തുനോക്കി പുഞ്ചിരിച്ചുകൊണ്ടുപറഞ്ഞു.

"തേളിന്റെ മോനേ ഒരുപക്ഷേ നീ പറഞ്ഞത് ശരിയായിരിക്കാം!
എല്ലാ തിന്മകളും നീ മണത്തറിയും. ശരിയാണ് ആ ചെറുപ്പക്കാരനായ
ചതിയന്റെ മുഖം കണ്ടാൽ അവൻ ആഗ്രഹിച്ച കാര്യം നടന്നെന്ന് വ്യക്ത
മാണ്... അവരുടെ കൈയിൽനിന്ന് ഇഗോർക്ക എത്ര വാങ്ങിയിട്ടുണ്ടാവു
മെന്നാണ് ഞാൻ വിചാരിക്കുന്നത്. അയാൾ എന്തെങ്കിലും വാങ്ങിയിരി
ക്കുമെന്ന് ഉറപ്പാണ്... അയാൾ അവരെപ്പോലെതന്നെയുള്ള ഒരു ചതിയ
നാണ്.... അവർക്കെല്ലാം നിറം പൂശിയിരിക്കുന്നത് ഒരേ ബ്രഷുകൊണ്ടാ
ണ്. അയാൾക്ക് കുറച്ചുപണം കിട്ടിയിട്ടുണ്ട്. അയാൾ പറയുന്നതുപോലെ
ഞാൻ കാര്യങ്ങൾ ക്രമീകരിച്ചില്ലെങ്കിൽ എന്റെ കാര്യം പോക്കാണ്. ഇത്
എന്റെ തന്നെ മണ്ടത്തരമായിപ്പോയി.... അതെ സഹോദരന്മാരേ! ജീവിതം
നമുക്ക് എല്ലാവർക്കും എതിരാണ്... നിങ്ങളുടെ തൊട്ടടുത്ത് നില്ക്കുന്ന

വന്റെ മുഖത്തേക്ക് തുപ്പിയാൽ പോലും തുപ്പൽ നിങ്ങളുടെ മുഖത്തേക്കു തന്നെ തെറിച്ചുവീഴുന്നു."

ഈ ചിന്തകളിൽ സ്വയം സംതൃപ്തനായതിനുശേഷം ക്യാപ്റ്റൻ ചുറ്റുമുണ്ടായിരുന്ന അയാളുടെ പരിവാരങ്ങളെ നോക്കി. അവരിൽ ഓരോ രുത്തരും നിരാശരായിരുന്നു.കാരണം പെറ്റുനിക്കോവിനും വാവിലോവി നുമിടയിൽ അവർ പ്രതീക്ഷിച്ചിട്ടില്ലാത്ത എന്തൊക്കെയോ സംഭവിച്ചിട്ടു ണ്ടെന്ന് അവർക്കെല്ലാവർക്കും ബോദ്ധ്യമായിക്കഴിഞ്ഞിരുന്നു. അവരെല്ലാ വരും അപമാനിക്കപ്പെട്ടതായി അവർക്ക് തോന്നി. ഒരാളെ അപകടപ്പെടു ത്താൻ കഴിഞ്ഞില്ലെന്നുള്ള തോന്നൽ ഒരാളെ സഹായിക്കാൻ കഴിഞ്ഞി ല്ലെന്നുള്ള തോന്നലിനേക്കാൾ അസഹനീയമാണ്. കാരണം, സാധാര ണഗതിയിൽ തിന്മചെയ്യുന്നത് എളുപ്പമാണ്. വളരെ ലളിതവുമാണ്.

"ശരി. നമ്മൾ എന്തിനാണ് ഇവിടെ ചുറ്റിത്തിരിയുന്നത്? നമുക്ക് കാത്തിരിക്കാൻ കൂടുതലൊന്നും ഇല്ല. ആകെ ഉള്ളത് എഗോർക്കയുടെ കൈയിൽനിന്നും എനിക്ക് കിട്ടുന്ന പ്രതിഫലം മാത്രമാണ്...." ഭക്ഷണ ശാലയുടെ നേർക്ക് കോപത്തോടെ നോക്കിക്കൊണ്ട് ക്യാപ്റ്റൻ പറഞ്ഞു., "അങ്ങനെ ജൂഡാസിന്റെ മേൽക്കുരയ്ക്ക് താഴെയുള്ള നമ്മുടെ സ്വസ്ഥ മായ ജീവിതം അവസാനിച്ചു. ഇനിയിപ്പോൾ ജൂഡാസ് നമ്മളെ പുറ ത്താക്കും...... ഞാൻ നിങ്ങളോട് മുൻകൂട്ടിപ്പറഞ്ഞില്ല. എന്ന് പറയരുത്."

കെന്റ്സ് ദുഃഖത്തോടെ പുഞ്ചിരിച്ചു.

"ജെയിലർ, നിങ്ങൾ എന്തിനാണ് ചിരിക്കുന്നത്?" കുവാൽഡാ ചോദിച്ചു.

"അപ്പോൾ ഞാൻ എവിടെ പോകുമെന്ന് ആലോചിച്ച് ചിരിച്ചുപോ യതാണ്."

"ആ ചോദ്യത്തിന് വിധി തീരുമാനമെടുത്ത് നിങ്ങൾക്ക് തരും. അതു കൊണ്ട് അതിനെപ്പറ്റി വിഷമിക്കേണ്ട കാര്യമില്ല." വാടകവീട്ടിലേക്ക് കയ റിപ്പോകുമ്പോൾ ആലോചനയോടെ ക്യാപ്റ്റൻ പറഞ്ഞു. "ഒരിക്കൽ മനു ഷ്യരായിരുന്ന ജന്തുക്കൾ" അയാളെ പിന്തുടർന്നു.

"നിർണ്ണായകമായ നീക്കത്തിന് കാത്തിരിക്കാമെന്നല്ലാതെ നമുക്ക് മറ്റൊന്നും ചെയ്യാൻ കഴിയില്ല." അവരുടെകൂടെ നടക്കുന്നതിനിടയിൽ ക്യാപ്റ്റൻ പറഞ്ഞു. "അവർ നമ്മളെ പുറത്താക്കുമ്പോൾ നമുക്ക് ഒരു പുതിയ സ്ഥലം അന്വേഷിക്കാം. പക്ഷേ, ആ കാര്യം ആലോചിച്ച് ഇപ്പോൾ നമ്മുടെ ജീവിതം നശിപ്പിച്ചതുകൊണ്ട് യാതൊരു പ്രയോജനവും ഇല്ല.... പ്രതിസന്ധി സമയത്ത് ഒരാൾ ഊർജ്ജസ്വലൻ ആയിരിക്കണം.... ജീവിതം ശത്രുക്കളെക്കൊണ്ട് കൂടുതൽ നിറഞ്ഞുകവിഞ്ഞ് നിമിഷംതോറും നമ്മൾ പേടിച്ചു വിറയ്ക്കാൻ നിർബ്ബന്ധിതരായിരുന്നെങ്കിൽ... ദൈവത്തെ സാക്ഷി നിർത്തി പറയുന്നു! ജീവിതം ഇന്നത്തേതിലും കൂടുതൽ ജീവനുള്ളതും താല്പര്യം നിറഞ്ഞതും വീര്യമുള്ളതും ആയിരിക്കും!

"അതിന്റെ അർത്ഥം പരസ്പരം കഴുത്തുവെട്ടാൻ വേണ്ടി ആളുകൾ കറങ്ങിനടക്കുമെന്നാണ്." അബ്ബെഡോക്ക് പുഞ്ചിരിയോടെ വിശദീകരണം നടത്തി.

"ശരി, അതിനെന്താണ്?" ക്യാപ്റ്റൻ ദേഷ്യപ്പെട്ട് ചോദിച്ചു. അയാളുടെ ചിന്തകളെ വിശദീകരിച്ച് വ്യക്തമാക്കുന്നത് അയാൾ ഇഷ്ടപ്പെട്ടിരുന്നില്ല.

"ഓ! ഒന്നുമില്ല! ഒരാൾക്ക് എവിടെയെങ്കിലും പെട്ടെന്ന് എത്തിച്ചേര ണമെങ്കിൽ അയാൾ കുതിരയെ ചാട്ടയ്ക്ക് അടിക്കുന്നു. യന്ത്രം മുന്നോട്ട് പോകണമെങ്കിൽ അതിന് തീ വേണമെന്ന് ഉറപ്പാണ്...."

"ശരി, എല്ലാം കഴിയുന്നതും വേഗം നശിച്ചുപോകട്ടെ. ഈ ഭൂമി പെട്ടെന്ന് പിളർന്നു മാറുകയോ എങ്ങനെയെങ്കിലും തീ പിടിച്ച് നശിക്കു കയോ ചെയ്താൽ എനിക്ക് അതിൽ സന്തോഷിക്കാൻ പറ്റുമെന്ന് ഉറപ്പാ ണ്. മറ്റുള്ളവരെല്ലാം ദഹിച്ചു കഴിയുന്നതുവരെ ഞാൻ മാത്രം അവശേ ഷിക്കുകയാണെങ്കിൽ..."

"ക്രൂരമൃഗം!" അബൈഡോക് പുഞ്ചിരിച്ചു.

"ശരി അതെന്താണ്? ഞാൻ... ഞാൻ ഒരിക്കൽ ഒരു മനുഷ്യനായിരു ന്നു. ഇപ്പോൾ പുറന്തള്ളപ്പെട്ടവനാണ്.... അതിന്റെ അർത്ഥം എനിക്ക് ഇപ്പോൾ എല്ലാവരുടെ മുഖത്തും തുപ്പാനുള്ള സ്വാതന്ത്ര്യം ഉണ്ടെന്നാണ്. ഇന്നത്തെ എന്റെ ജീവിതരീതിയുടെ അർത്ഥം എന്റെ കഴിഞ്ഞകാലത്തിന്റെ നിരാകരണമാണ്. ഇന്ന് ഭക്ഷണത്തിലും വസ്ത്രധാരണത്തിലും അവരേ ക്കാൾ മോശമായതുകൊണ്ട് എന്നെ അവജ്ഞയോടെ കാണുന്ന നല്ല ഭക്ഷണം കഴിക്കുന്ന നല്ല രീതിയിൽ വസ്ത്രധാരണം ചെയ്ത എല്ലാ മനു ഷ്യരുമായുള്ള ബന്ധം ഞാൻ ഇപ്പോൾ ഉപേക്ഷിച്ചിരിക്കുകയാണ്... എന്റെ ഉള്ളിൽനിന്നും നിശ്ചയമായും എനിക്ക് എന്തെങ്കിലും പുതിയ കാര്യങ്ങൾ വികസിപ്പിക്കേണ്ടിയിരിക്കുന്നു.... നിങ്ങൾക്ക് മനസ്സിലാകുന്നുണ്ടോ?. ജൂഡാ സിനും അവനെപ്പോലെയുള്ള മറ്റുള്ളവർക്കും എന്റെ മുന്നിൽനിന്ന് വിയർക്കാൻ ഇടയാക്കുന്ന എന്തെങ്കിലും പുതിയ കാര്യങ്ങൾ!"

"ഹോ! നിങ്ങളുടെ നാക്കിന് നല്ല ധൈര്യമുണ്ട്?" അബൈഡോക് കളിയാക്കി.

"പിശുക്കൻ പറഞ്ഞത് ശരിയാണ്." കുവാൽഡാ വെറുപ്പോടെ അയാളെ നോക്കി. നിനക്ക് എന്ത് കാര്യമാണ് മനസ്സിലാകുന്നത് നിനക്ക് എന്താണ് അറിവുള്ളത്? നിനക്ക് ആലോചിക്കാൻ കഴിവുണ്ടോ? പക്ഷേ, ഞാൻ ചിന്തിച്ചിട്ടുണ്ട്. ഞാൻ വായിച്ചിട്ടുണ്ട്. നിനക്ക് വായിച്ചാൽ ഒരു വാക്കു പോലും മനസ്സിലാക്കാൻ പറ്റാത്ത പുസ്തകങ്ങൾ ഞാൻ വായിച്ചിട്ടുണ്ട്."

നിശ്ചയമായും നിങ്ങൾ വായിച്ചിട്ടുണ്ട്. ഒരാൾക്ക് അയാളുടെ കൈകൊണ്ട് സൂപ്പ് കോരിക്കുടിക്കാൻ പറ്റില്ല.... നിങ്ങൾ വായിക്കുകയും ചിന്തിക്കുകയും ചെയ്തിട്ടുണ്ട്. ഞാൻ ഈ കാര്യങ്ങളോ മറ്റെന്തെങ്കിലും കാര്യങ്ങളോ ചെയ്തിട്ടില്ല. പക്ഷേ, നമ്മൾ രണ്ടുപേരും ഏറക്കുറെ ഒരേ പോലെയുള്ള അവസ്ഥയിലാണ് എത്തിച്ചേർന്നിരിക്കുന്നതെന്നാണ് തോന്നുന്നത്. ശരിയല്ലേ?"

"നീ നിന്റെ പണിനോക്ക്!" കുവാൽഡാ അലറി. അബൈഡോക്കു മായുള്ള അയാളുടെ സംസാരത്തിന്റെ അവസാനം എപ്പോഴും ഇതു പോലെ ആയിരുന്നു. അദ്ധ്യാപകൻ ഇല്ലാത്ത ദിവസങ്ങളിൽ പതിവുള്ള

അയാളുടെ പ്രസംഗത്തിന് യാതൊരു ശ്രദ്ധയും കിട്ടിയില്ല. അയാൾക്ക്
ഈ കാര്യം അറിയാമായിരുന്നു. എങ്കിലും അയാൾക്ക് സംസാരിക്കാതി
രിക്കാൻ കഴിഞ്ഞില്ല. ഇപ്പോൾ കൂട്ടുകാരനുമായി തമ്മിൽ തല്ലിയപ്പോൾ
ഏറക്കുറെ ഒറ്റപ്പെട്ടതായി തോന്നി. പക്ഷേ, സംസാരിക്കാനുള്ള ആഗ്രഹം
അവസാനിക്കാത്തതുകൊണ്ട് അയാൾ സിസോവിനുനേരെ തിരിഞ്ഞു:
"അലക്സി മാക്സിമോവിച്ച്, നിങ്ങളുടെ നരച്ച തല നിങ്ങൾ എവിടെ
കൊണ്ട് വെക്കും?"

കിഴവൻ തമാശ കേട്ടമട്ടിൽ പുഞ്ചിരിച്ചുകൊണ്ട് മറുപടി പറയുന്ന
തിനിടയിൽ കൈകൾ കൂട്ടിത്തിരുമ്മി "എനിക്കറിയില്ല... ഞാൻ എന്തെ
ങ്കിലും കണ്ടെത്തും. ഒരാൾക്ക് വലിയ ആവശ്യങ്ങൾ ഇല്ലല്ലോ, കുടിക്കാൻ
കുറച്ചെന്തെങ്കിലും വേണം. അതുമതിയാകും."

"നാട്യങ്ങളില്ലാത്തതാണെങ്കിലും മാന്യമായ ജീവിതം!" ക്യാപ്റ്റൻ
പറഞ്ഞു.

സ്ത്രീകൾക്ക് തന്നെ ഇഷ്ടമായതുകൊണ്ട് അവരിൽ ആരെക്കാളും
മുമ്പ് ഒരു സ്ഥലം താൻ കണ്ടെത്തുമെന്ന് പറഞ്ഞതിനുശേഷം
സിംസോവ് നിശ്ശബ്ദനായി. ഇത് സത്യം ആയിരുന്നു. കിഴവന് എപ്പോഴും
തങ്ങളുടെ തുച്ഛമായ വരുമാനത്തിന്റെ പങ്കുകൊണ്ട് അയാളെ സംരക്ഷി
ക്കുന്ന രണ്ടുമൂന്നു വേശ്യകൾ കൈവശം ഉണ്ടായിരിക്കും. അവർ പല
പ്പോഴും അയാളെ അടിച്ചിരുന്നു. പക്ഷേ, അയാൾ അടിയെല്ലാം സമചി
ത്തതയോടെ സ്വീകരിച്ചു. എന്തായാലും അവർ അയാളെ വളരെ കൂടു
തൽ ഉപദ്രവിച്ചില്ല. ഒരുപക്ഷേ,. അവർക്ക് അയാളോട് അനുകമ്പ തോന്നി
യിട്ടുണ്ടാവാം. അയാൾ ഒരു വലിയ കാമുകൻ ആയിരുന്നു. അയാളുടെ
എല്ലാ ഭാഗ്യദോഷങ്ങൾക്കും കാരണം സ്ത്രീകളാണെന്നാണ് അയാൾ
പറഞ്ഞിരുന്നത്. അയാളുടെ വസ്ത്രങ്ങൾ നിശ്ചയമായും അവരുമായുള്ള
ബന്ധത്തിന്റെ അടയാളമായി സ്ഥിരീകരിക്കാവുന്നതാണ്. അവ എല്ലാസമ
യത്തും അയാളുടെ കൂട്ടുകാരുടെ വേഷങ്ങളെക്കാൾ വൃത്തിയും വെടിപ്പും
ഉള്ളതായിരുന്നു. ഇപ്പോൾ വാടകവീടിന്റെ വാതിൽപ്പടിയിൽ ഇരുന്നു
കൊണ്ട് 'റഡ്ക്ക' വളരെക്കാലമായി കൂടെ താമസിക്കാൻ ചെല്ലാൻ
അയാളെ ക്ഷണിച്ചുകൊണ്ടിരിക്കുകയാണെന്നും കൂട്ടുകാരെ വിട്ടുപിരി
യാൻ ആഗ്രഹിക്കാത്തതുകൊണ്ടാണ് അവളുടെ കൂടെ പോകാതിരിക്കു
ന്നതെന്നും പൊങ്ങച്ചം പറഞ്ഞു. അവർ അസൂയ നിറഞ്ഞ താല്പര്യ
ത്തോടെ ഇത് കേട്ടുകൊണ്ടിരുന്നു. അവർക്കെല്ലാവർക്കും റഡ്ക്കയെ
അറിയാം. അവൾ മലയടിവാരത്തിൽ ഏറക്കുറെ പട്ടണത്തിനു സമീപ
മായാണ് താമസിച്ചിരുന്നത്. അവൾ മോഷണക്കുറ്റത്തിന് ജയിലിൽ
പോയി വന്നിട്ട് അധികകാലം കഴിഞ്ഞിരുന്നില്ല., അവൾ ആയയായി
ജോലി ചെയ്തിരുന്നു. മുഖത്ത് വസൂരിക്കലകളുള്ള ഒരു തടിച്ച നാട്ടിൻപു
റത്തുകാരി. പക്ഷേ, അവളുടെ കണ്ണുകൾക്ക് എപ്പോഴും മദ്യലഹരിയുടെ
മയക്കം ബാധിച്ചിരുന്നെങ്കിലും അവ അതിമനോഹരമായ കണ്ണുകൾ
ആയിരുന്നു.

സ്വയം സംതൃപ്തനാണെന്ന മട്ടിൽ പുഞ്ചിരിച്ചുകൊണ്ടിരുന്ന സിംസോവിനെ നോക്കി അബൈഡ്ഡോക് ശപിച്ചു. "ആ കിഴവൻ പിശാചിനെ ഒന്ന് നോക്കൂ."

"അവർ എന്നെ സ്നേഹിക്കുന്നത് എന്തുകൊണ്ടാണെന്ന് നിങ്ങൾക്ക് മനസ്സിലായിട്ടുണ്ടോ? കാരണം അവരുടെ മനസ്സിനെ എങ്ങനെയാണ് സന്തോഷിപ്പിക്കേണ്ടതെന്ന് എനിക്ക് അറിയാം."

"നിങ്ങൾക്ക് എങ്ങനെ അറിയാം? കുവാൽഡാ അന്വേഷണം നടത്തി.

"അതുമാത്രമല്ല. അവരെക്കൊണ്ട് എന്നോട് അനുകമ്പ തോന്നിപ്പിക്കാനും എനിക്ക് അറിയാം... ഒരു പെണ്ണിന് അനുകമ്പ തോന്നിയാൽ! അവളുടെ മുന്നിൽ ചെന്നുനിന്ന് കണ്ണീരൊലിപ്പിച്ചുകൊണ്ട് നിങ്ങളെ കൊന്നുതരാൻ അവളോട് ആവശ്യപ്പെടണം. അവൾക്ക് നിങ്ങളോട് അനുകമ്പ തോന്നും. അവൾ നിങ്ങളെ കൊന്നുതരുകയും ചെയ്യും."

"എ(ന)നിക്ക് ഒരു കൊലപാതകത്തിനുള്ള പ്രവണത തോന്നുന്നു" മാർത്ത നോവ് അയാളുടെ വിളറിയ ചിരി ചിരിച്ചുകൊണ്ട് പ്രഖ്യാപിച്ചു.

"ആരെ കൊല്ലാനുള്ള പ്രവണതയാണ് തോന്നുന്നത്?" അയാളെ കൂടുതൽ സംസാരിക്കാൻ പ്രേരിപ്പിച്ചുകൊണ്ട് അബൈഡ്ഡോക്ക് ചോദിച്ചു.

"എനിക്ക് ആരായാലും മതി... പെറ്റുനിക്കോവ്.. ഇഗോർക്ക.... അല്ലെങ്കിൽ നിങ്ങളെ കിട്ടിയാലും മതിയാകും!"

"എന്തിനുവേണ്ടിയാണ് കൊല്ലുന്നത്?" കുവാൽഡാ അന്വേഷിച്ചു.

"എനിക്ക് സൈബീരിയയിൽ പോകാൻ ആഗ്രഹമുണ്ട്... ഈ വൃത്തികെട്ട ജീവിതം എനിക്ക് മതിയായി... അവിടെ ചെന്നാൽ എങ്ങനെ ജീവിക്കണമെന്ന് പഠിക്കാൻ പറ്റും!"

"ശരിയാണ്. സൈബീരിയയിൽ അവർക്ക് വളരെ മെച്ചപ്പെട്ട ഒരു പഠന രീതിയുണ്ട്." ക്യാപ്റ്റൻ ദുഃഖത്തോടെ സമ്മതിച്ചു.

പെറ്റുനിക്കോവിനെപ്പറ്റിയോ വാടകവീട്ടിൽനിന്നും പുറത്താകുന്നതിനെപ്പറ്റിയോ അവർ പിന്നീട് സംസാരിച്ചില്ല. ഏറെ താമസിയാതെ അവിടം വിട്ടുപോകേണ്ടിവരുമെന്ന് എല്ലാവർക്കും അറിയാം. അവർ അതുകൊണ്ട് ആ കാര്യം ചർച്ചയ്ക്ക് പറ്റിയതാണെന്ന് വിചാരിച്ചിരുന്നില്ല.... ചർച്ച നടത്തിയതുകൊണ്ട് പ്രത്യേക പ്രയോജനം ഒന്നും ഉണ്ടാകാൻ പോകുന്നില്ല. അതുകൂടാതെ മഴ തുടങ്ങിയിരുന്നെങ്കിലും തണുത്ത കാലാവസ്ഥ ആയിരുന്നില്ല... നഗരത്തിനു പുറത്ത് എവിടെ വേണമെങ്കിലും നിലത്ത് കിടന്ന് ഉറങ്ങാൻ പറ്റുമായിരുന്നു. അവർ സമയം കളയാൻ വേണ്ടി ശ്രദ്ധിച്ചുകേട്ടുകൊണ്ടിരിക്കുന്നമട്ടിൽ പുല്ലിനുമുകളിൽ വട്ടമിട്ടിരുന്ന് എല്ലാത്തരം കാര്യങ്ങളും ചർച്ച ചെയ്തിരുന്നു. സംസാരിക്കാൻ അറിവില്ലാത്തവരുടെ സംസാരംപോലും അവർ ശ്രദ്ധയോടെ കേട്ടു. ഒരിക്കൽ മനുഷ്യരായിരുന്ന ജന്തുക്കളുടെ ഈ കൂട്ടായ്മയ്ക്ക് ഒരു പ്രത്യേകത ഉണ്ടായിരുന്നു. അവരിൽ ഒരാൾപോലും താൻ മറ്റുള്ളവരെക്കാൾ മെച്ചമാണെന്ന് വരുത്തിത്തീർക്കാൻ പരിശ്രമിക്കുകയോ മറ്റുള്ളവരെ അയാളുടെ പ്രാധാന്യം അംഗീകരിക്കാൻ നിർബ്ബന്ധിക്കുകയോ ചെയ്തിരുന്നില്ല.

ആഗസ്തിലെ സൂര്യന് മുഖംകൊടുക്കാതെ തലയിൽ തൊപ്പിയി
ല്ലാതെ ഇരുന്നിരുന്ന അവരുടെ കീറിപ്പറിഞ്ഞ വേഷങ്ങൾ സൂര്യൻ കത്തി
ച്ചുകളയുമെന്ന് തോന്നിയിരുന്നു... സന്ധ്യാലോകത്തിന്റെയും ജന്തുലോ
കത്തിന്റെയും ധാതുലോകത്തിന്റെയും താറുമാറായ അവസ്ഥയിലുള്ള ഒരു
മിശ്രിതം മുറ്റത്തിന്റെ മൂലയിലെല്ലാം ഉയരത്തിൽ കാടുപോലെ പുല്ല്
വളർന്നിരുന്നു.... അവിടെ എപ്പോഴും വിശപ്പിന്റെ പ്രാണവേദന അനുഭവി
ക്കുന്നവർക്കുപോലും ആകർഷണം തോന്നാത്ത ചില വൃത്തികെട്ട പച്ച
ക്കറികൾ ഒഴിച്ച് മറ്റൊന്നുംതന്നെ വളർന്നിരുന്നില്ല.

*   *   *   *   *

വാവിലോവിന്റെ ഭക്ഷണശാലയ്ക്കുള്ളിൽ അരങ്ങേറിയ രംഗം ഇതാ
യിരുന്നു.

പെറ്റുനിക്കോവിന്റെ മകൻ തൊപ്പി ഊരിക്കൊണ്ട് സാവധാനം കട
ന്നുവന്ന് ചുറ്റുപാടും നോക്കിയതിനുശേഷം ഭക്ഷണശാലയിൽ ഇരുന്നി
രുന്ന മനുഷ്യനോട് ചോദിച്ചു.

"ഈഗോർ ടെറന്റീവിച്ച് വാവിലോവ് നിങ്ങളാണോ?"

"ഞാനാണ്." മേശപ്പുറത്തേക്ക് ചാടിക്കയറാൻ ഉദ്ദേശിക്കുന്നതു
പോലെ രണ്ട് കൈയും മേശപ്പുറത്ത് കുത്തിക്കൊണ്ട് പട്ടാളക്കാരൻ പറഞ്ഞു.

"എനിക്ക് നിങ്ങളുമായി ചില കാര്യങ്ങൾ സംസാരിക്കാനുണ്ട്." പെറ്റു
നിക്കോവിന്റെ മകൻ പറഞ്ഞു.

''സന്തോഷം. ഇതുവഴി വന്നാൽ എന്റെ സ്വന്തം മുറിയിലേക്ക്
പോകാം."

അവർ അകത്തുപോയി ആതിഥേയൻ കസേരയിലും അതിഥി
സോഫയിലുമായി മുഖത്തോടുമുഖം നോക്കി ഇരുന്നു. ഒരു മൂലയിൽ
ഇരുന്നിരുന്ന വലിയ പ്രതിമയുടെ മുന്നിൽ ഒരു വിളക്ക് എരിയുന്നുണ്ടാ
യിരുന്നു. മറുവശത്തെ ഭിത്തിയിൽ ധാരാളം തിരിവിളക്കുകൾ ഉണ്ടായി
രുന്നു. അവയെല്ലാം തുടച്ച് വൃത്തിയാക്കിയിരുന്നതുകൊണ്ട് പുതി
യതുപോലെ തോന്നി. പലതരം വീട്ടുപകരണങ്ങളും പെട്ടികളും ഉണ്ടാ
യിരുന്ന ആ മുറിയിൽ പുകയിലയുടെയും അളിഞ്ഞ കാബേജിന്റെയും
ഒലിവ് എണ്ണയുടെയും മണം ഉണ്ടായിരുന്നു. പെറ്റുനിക്കോവിന്റെ മകൻ
ഇഷ്ടക്കേടോടെ ചുറ്റുപാടും നോക്കി. വാവിലോവ് വലിയ പ്രതിമയിലേക്ക്
നോക്കിയതിനു ശേഷം പെറ്റുനിക്കോവിന്റെ മകന്റെ മുഖത്തേക്ക് നോക്കി.
വാവിലോവിന്റെ കള്ളന്റെ കണ്ണുകൾ പോലെയുള്ള തുറന്ന കണ്ണുകൾ
പെറ്റുനിക്കോവിന്റെ മകന് ഇഷ്ടപ്പെട്ടു. പെറ്റുനിക്കോവിന്റെ മകന്റെ തുടു
ത്തകവിളുകളും വെളുത്ത പല്ലുകളും ഉള്ള നിശ്ചയദാർഢ്യമുള്ള നിർവ്വി
കാരമായ മുഖം വാവിലോവിനും ഇഷ്ടപ്പെട്ടു.

"നിശ്ചയമായും നിങ്ങൾക്ക് എന്നെ പരിചയം ഉണ്ടാവും., ഞാൻ
എന്താണ് പറയാൻ പോകുന്നതെന്ന് നിങ്ങൾ ഊഹിച്ചുകാണുമെന്നാണ്
ഞാൻ വിചാരിക്കുന്നത്." പെറ്റുനിക്കോവിന്റെ മകൻ തുടക്കമിട്ടു.

"ഹര്‍ജി സംബന്ധിച്ചായിരിക്കും... എന്റെ വിചാരം ശരിയല്ലേ?" പഴയ പട്ടാളക്കാരന്‍ ആദരവോടെ അന്വേഷണം നടത്തി.

"വളരെ ശരിയാണ്! വെറുതെ സംസാരിച്ച് സമയം കളയാതെ ഒരു കച്ചവടക്കാരനെപ്പോലെ നിങ്ങള്‍ നേരിട്ട് കാര്യത്തിലേക്ക് കടന്നതില്‍ എനിക്ക് സന്തോഷമുണ്ട്." പ്രോത്സാഹിപ്പിച്ചുകൊണ്ട് പെറ്റുനിക്കോവിന്റെ മകന്‍ പറഞ്ഞു.

"ഞാന്‍ ഒരു പട്ടാളക്കാരനാണ്." വാവിലോവ് സങ്കോചത്തോടെ മറു പടി പറഞ്ഞു.

"അത് മനസ്സിലാക്കാന്‍ യാതൊരു പ്രയാസവുമില്ല. ഈ ജോലി എനിക്ക് ബുദ്ധിമുട്ടില്ലാതെ അവസാനിപ്പിക്കാന്‍ പറ്റുമെന്ന് ഉറപ്പ് തോന്നു ന്നുണ്ട്."

"അങ്ങനെതന്നെ ആവാം."

"നല്ല കാര്യം! നിങ്ങള്‍ക്ക് നിങ്ങളുടെ ഭാഗം പറയാന്‍ നിയമം ഉണ്ട്. നിശ്ചയമായും കേസില്‍ നിങ്ങള്‍ ജയിക്കും. ഈ കാര്യം തുടക്കത്തില്‍ തന്നെ ഞാന്‍ നിങ്ങളോട് പറയാന്‍ ആഗ്രഹിക്കുന്നു."

"നന്ദി എനിക്ക് നിങ്ങളോട് ആദരവ് തോന്നുന്നു." പട്ടാളക്കാരന്‍ കണ്ണി ലുണ്ടായിരുന്ന പുഞ്ചിരി ഒളിച്ചു വെക്കാന്‍ വേണ്ടി കണ്ണുതിരുമ്മിക്കൊണ്ട് പറഞ്ഞു.

"പക്ഷേ, ഭാവിയിലെ അയല്‍ക്കാരെ ഇതുപോലെ കോടതിവഴി പരി ചയപ്പെടാമെന്ന് നിങ്ങള്‍ തീരുമാനിക്കാന്‍ എന്താണ് കാരണം?"

വാവിലോവ് മറുപടി പറയാതെ കുനിഞ്ഞിരുന്നു.

"ഈ കാര്യം ഞങ്ങളുടെ അടുത്ത് നേരിട്ടുവന്ന് വഴക്കില്ലാതെ അവ സാനിപ്പിക്കുന്നതായിരുന്നു കൂടുതല്‍ നല്ലത്. ശരിയല്ലേ? അതിനെപ്പറ്റി നിങ്ങളുടെ അഭിപ്രായം എന്താണ്?

"നിശ്ചയമായും അത് കൂടുതല്‍ നല്ല കാര്യമായിരുന്നു. പക്ഷേ, ഒരു ബുദ്ധിമുട്ട്.... ഞാന്‍ എന്റെ ഇഷ്ടങ്ങളല്ല മറ്റുള്ളവരുടെ താല്പര്യങ്ങളാണ് പിന്തുടരുന്നത്.... അങ്ങനെയായിരുന്നെങ്കില്‍ ഈ കാര്യം കൂടുതല്‍ മെച്ച പ്പെടുമായിരുന്നെന്ന് എനിക്ക് പിന്നീട് മനസ്സിലായി.... പക്ഷേ, അപ്പോ ഴേക്കും വളരെ താമസിച്ചുപോയി."

"ഓ! ഇത് നിങ്ങള്‍ക്ക് ഏതെങ്കിലും വക്കീല്‍ പറഞ്ഞുതന്നതായിരി ക്കുമെന്നാണ് ഞാന്‍ വിചാരിക്കുന്നത്?"

"അതുപോലെയുള്ള മറ്റൊരാള്‍."

"ഓ! ഇത് വഴക്കില്ലാതെ അവസാനിപ്പിക്കാന്‍ നിങ്ങള്‍ക്ക് ആഗ്രഹം ഉണ്ടോ?"

"എനിക്ക് പൂര്‍ണ്ണസമ്മതമാണ്!" പട്ടാളക്കാരന്‍ ഉറക്കെപ്പറഞ്ഞു.

പെറ്റുനിക്കോവിന്റെ മകന്‍ അല്പസമയം നിശ്ശബ്ദനായിരുന്നു. പിന്നീട് അയാളുടെ മുഖത്തേക്ക് നോക്കിക്കൊണ്ട് നിര്‍വ്വികാരനായി ചോദിച്ചു. "നിങ്ങള്‍ ഈ കാര്യം ഇങ്ങനെ അവസാനിപ്പിക്കാമെന്ന് ആഗ്രഹിക്കാന്‍ എന്താണ് കാരണം?

വാവിലോവ് ഇത്തരം ഒരു ചോദ്യം പ്രതീക്ഷിച്ചിരുന്നില്ല. അതുകൊണ്ട് തന്നെ അയാൾക്ക് പെട്ടെന്ന് ഒരു മറുപടി ഉണ്ടായിരുന്നില്ല. അയാളുടെ അഭിപ്രായത്തിൽ ഈ ചോദ്യത്തിന് പ്രസക്തിയില്ലായിരുന്നു. അതു കൊണ്ട് അയാൾ പെറ്റുനിക്കോവിന്റെ മകന്റെ മുഖത്തു നോക്കി വെറുതെ ചിരിച്ചു. അല്പസമയം കഴിഞ്ഞ് അയാൾ പറഞ്ഞു.

"അത് മനസ്സിലാക്കാൻ വളരെ എളുപ്പമാണ്. മനുഷ്യർ പരസ്പരം വഴക്കിടാതെ ജീവിക്കാനാണ് ആഗ്രഹിക്കുന്നത്."

പെറ്റുനിക്കോവിന്റെ മകൻ ഇടയ്ക്ക് കയറി സംസാരം തടസ്സപ്പെടു ത്തി. "പക്ഷേ, സൂക്ഷ്മമായി പരിശോധിച്ചാൽ കാരണം അതല്ലെന്ന് മന സ്സിലാകും. എനിക്ക് മനസ്സിലാകുന്നിടത്തോളം ഞങ്ങളുമായി ഒത്തുതീർപ്പി ലെത്താൻ നിങ്ങൾ ആഗ്രഹിക്കാനുള്ള കാരണം നിങ്ങൾക്ക് വ്യക്തമായി മനസ്സിലായിട്ടില്ല.... ഞാൻ നിങ്ങൾക്ക് പറഞ്ഞുതരാം."

പട്ടാളക്കാരന് ചെറിയ തോതിൽ അത്ഭുതം തോന്നി. പല നിറങ്ങ ളുള്ള വേഷത്തിനുള്ളിൽ കോമാളിയെപ്പോലെ തോന്നിച്ച ചെറുപ്പക്കാരൻ ദേശ്യം വരുന്നസമയത്തെല്ലാം കുറഞ്ഞത് മൂന്നുപട്ടാളക്കാരുടെയെങ്കിലും പല്ല് അടിച്ചുതാഴെയിടുന്ന കേണൽ റസ്കിനാണെന്ന് ഭാവത്തിലായിരുന്നു സംസാരിച്ചുകൊണ്ടിരുന്നത്.

"നിങ്ങൾക്ക് ഞങ്ങൾ അങ്ങേയറ്റം പ്രയോജനമുള്ള അയൽക്കാരാ കാൻ സാദ്ധ്യതയുള്ളതുകൊണ്ടാണ് നിങ്ങൾ ഞങ്ങളോട് സൗഹൃദത്തി ലാകാൻ ആഗ്രഹിക്കുന്നത്... കാരണം ഞങ്ങളുടെ ഫാക്ടറിയിൽ നൂറ്റമ്പ തിൽ കുറയാത്ത ജോലിക്കാർ ഉണ്ടാകും. കാലം കഴിയുമ്പോൾ അതിൽ കൂടുതലും ഉണ്ടാകും. ആഴ്ചതോറും ശമ്പളദിവസം നൂറുപേർ നിങ്ങളുടെ കടയിൽ വന്ന് ഓരോ ഗ്ലാസുവീതം കുടിക്കുകയാണെങ്കിൽ മാസത്തിൽ നിങ്ങൾ ഇപ്പോൾ വില്ക്കുന്നതിനേക്കാൾ നാന്നൂറ് ഗ്ലാസ് കൂടുതൽ വില്ക്കും. ഇത് ഏറ്റവും കുറഞ്ഞ കണക്കാണ്. ഇതുകൂടാതെ നിങ്ങൾക്ക് ഭക്ഷണശാലയുമുണ്ട്. നിങ്ങൾ മണ്ടനല്ല. ഞങ്ങൾ എന്തുമാത്രം ലാഭ മുള്ള അയൽക്കാരനാണെന്ന് നിങ്ങൾക്ക് മനസ്സിലാക്കാൻ കഴിയുന്നുണ്ട്."

"അതു സത്യമാണ്." വാവിലോവ് സമ്മതിച്ചു. "എനിക്ക് ഈ കാര്യം നേരത്തെതന്നെ അറിയാം."

"അപ്പോൾ മറ്റുകാര്യങ്ങൾ?" പെറ്റുനിക്കോവിന്റെ മകൻ ഉറക്കെ ചോദിച്ചു.

"ഒന്നുമില്ല.... നമുക്ക് സൗഹൃദത്തിൽ കഴിയാം!"

"ഇത്രവേഗം നിങ്ങൾ തീരുമാനം എടുത്തുകണ്ടതിൽ എനിക്ക് സന്തോഷമുണ്ട്. അച്ഛന് എതിരെയുള്ള കോടതിക്കേസ് പിൻവലിക്കാനുള്ള ഒരു അപേക്ഷ ഞാൻ മുൻകൂട്ടിത്തന്നെ തയ്യാറാക്കിയിട്ടുണ്ട്. അത് എന്റെ കൈവശം ഉണ്ട്. വായിച്ച് നോക്കിയിട്ട് ഒപ്പിട്ടാൽ മതി."

തീക്കനലിൽ ചവിട്ടിയതുപോലെ വിറച്ചുകൊണ്ട് വാവിലോവ് അയാ ളുടെ ഉണ്ടക്കണ്ണുകൾകൊണ്ട് കൂട്ടുകാരനെ തുറിച്ചുനോക്കി.

"എന്നോട് ക്ഷമിക്കണം... ഒപ്പിടണോ? എന്തിന്?"

"അതിന് ബുദ്ധിമുട്ടൊന്നും ഇല്ല... നിങ്ങളുടെ ക്രിസ്ത്യൻ പേരും

കുടുംബപ്പേരും എഴുതിയാൽ മതി. മറ്റൊന്നും തന്നെ ചെയ്യാനില്ല." ഒപ്പി ടാനുള്ള സ്ഥലം ഭവ്യതയോടെ ചൂണ്ടിക്കാണിച്ചുകൊണ്ട് പെറ്റുനിക്കോ വിന്റെ മകൻ പറഞ്ഞു.

"ഓ! ഞാൻ പറഞ്ഞുവന്നകാര്യം അതല്ല. എന്റെ സ്ഥലത്തിന് കിട്ടേണ്ട നഷ്ടപരിഹാരത്തെപ്പറ്റി സൂചിപ്പിച്ചതായിരുന്നു."

"പക്ഷേ, ഈ സ്ഥലം നിങ്ങൾക്ക് യാതൊരു പ്രയോജനവും ഇല്ലാ ത്തതാണ്." പെറ്റുനിക്കോവിന്റെ മകൻ ആത്മവിശ്വാസത്തോടെ പറഞ്ഞു.

"പക്ഷേ, ആ സ്ഥലം എന്റേതാണ്!" പട്ടാളക്കാരൻ വിളിച്ചുകൂവി.

"നിശ്ചയമായും അത് നിങ്ങളുടേതാണ്. നിങ്ങൾക്ക് അതിനുപകരം എന്താണ് വേണ്ടത്?"

"ശരി. ആധാരത്തിൽ കൊടുത്തിട്ടുള്ള തുക പറയൂ." വാവിലോവ് ധൈര്യമായി പറഞ്ഞു.

"അറുന്നൂറ്!" പെറ്റുനിക്കോവിന്റെ മകൻ ശാന്തമായി പുഞ്ചിരിച്ചു. നിങ്ങൾ ഒരു തമാശക്കാരനാണ്!"

"നിയമം എന്റെ ഭാഗത്താണ്. എനിക്ക് വേണമെങ്കിൽ രണ്ടായിരം ആവശ്യപ്പെടാം. എനിക്ക് നിങ്ങളുടെ കെട്ടിടം പൊളിച്ചുകളയണമെന്ന് നിർബ്ബന്ധം പിടിക്കാം. അത് നടത്തിയെടുക്കാനും എനിക്കു പറ്റും. അത് ഞാൻ ആവശ്യപ്പെട്ടാൽ എനിക്ക് തരുന്ന നഷ്ടപരിഹാരം വളരെകുറവാ ണെന്ന് മനസ്സിലാക്കാൻ പറ്റും!"

"വളരെ ശരിയാണ്. ഒരുപക്ഷേ ഞങ്ങൾക്ക് അങ്ങനെ ചെയ്യേണ്ടിവ രുമായിരിക്കും.... നിങ്ങളെ ഭാരിച്ച കോടതിച്ചെലവുകളിലേക്ക് വലിച്ചിഴ ച്ചുകൊണ്ടുവന്ന് ഒരു മൂന്നുവർഷം കഴിയുമ്പോൾ അങ്ങനെ സംഭവിക്കാ നിടയുണ്ട്. അതിനുശേഷം എല്ലാംകഴിഞ്ഞ് ഞങ്ങൾ ഞങ്ങളുടെ സ്വന്തം മദ്യശാല തുടങ്ങും. നിങ്ങൾ നശിക്കും... നിങ്ങൾ നശിച്ചെന്ന് ഞങ്ങ ൾ ഉറപ്പുവരുത്തും. ആ കാര്യത്തിൽ ഞങ്ങൾക്ക് അങ്ങേയറ്റത്തെ ശ്രദ്ധ കാണും. ഞങ്ങൾക്ക് ഇപ്പോൾ വേണമെങ്കിലും ഒരു മദ്യശാല തുടങ്ങാൻ കഴിയും. പക്ഷേ, ഞങ്ങളുടെ സമയം വളരെ വിലപ്പെട്ടതാണെന്ന് നിങ്ങൾക്ക് അറിയാമല്ലോ! അതുകൂടാതെ ഞങ്ങൾക്ക് നിങ്ങളോട് സഹ താപം ഉണ്ട്. ഒരു കാരണവുമില്ലാതെ ഞങ്ങൾ എന്തിനാണ് നിങ്ങളുടെ കഞ്ഞിയിൽ മണ്ണുവാരി ഇടുന്നത്?"

എഗോർക്ക ടെറന്റീവിച്ച് വാവിലോവ് പല്ലിറുമ്മിക്കൊണ്ട് അതിഥിയെ നോക്കി. ആ ചുറ്റുപാടിന്റെ അധിപൻ അയാളാണെന്നും തന്റെ വിധി അയാ ളുടെ കൈകകളിലാണെന്നും വാവിലോവിന് തോന്നി. കോമാളിയെ പ്പോലെ വേഷം ധരിച്ച ശാന്തനും ക്രൂരനുമായ ഈ മനുഷ്യനോട് ഇടപെ ട്ടപ്പോൾ വാവിലോവിന് പരിപൂർണ്ണമായ സഹതാപം സ്വയം തോന്നി.

"ഇതുപോലെ തൊട്ടടുത്തുള്ള ഒരു അയൽക്കാരനെന്ന നിലയിൽ നിങ്ങൾക്ക് ഞങ്ങളെ സഹായിച്ചതുകൊണ്ട് ധാരാളം നേട്ടങ്ങൾ ഉണ്ടാ കാനുണ്ട്. അതുകൂടാതെ അതെല്ലാം ഞങ്ങളുടെ ഓർമ്മയിൽ ഉണ്ടാകും. ഉദാഹരണത്തിന് ഇപ്പോൾത്തനെ ഞാൻ പുകയിലയും വെള്ളരിക്കയും

റൊട്ടിയും മറ്റും വില്ക്കുന്ന ഒരു ചെറിയ കട തുടങ്ങാൻ നിങ്ങളെ ഉപദേ
ശിക്കുന്നു.... ഇതിനെല്ലാം ആവശ്യക്കാർ ഏറെയുണ്ടാവുമെന്ന് ഉറപ്പാണ്."

വാവിലോവ് ശ്രദ്ധിച്ചുകേട്ടു. ഒരു സാമർത്ഥ്യമുള്ള മനുഷ്യനായതു
കൊണ്ട് ശത്രുവിന്റെ മഹാമനസ്കതയ്ക്ക് സ്വയം എറിഞ്ഞുകൊടുക്കു
ന്നത് കൂടുതൽ മെച്ചപ്പെട്ട പദ്ധതിയായിരിക്കുമെന്ന്. വാവിലോവിന് അറി
യാമായിരുന്നു. അത് സംസാരം തുടക്കത്തിൽനിന്ന് വീണ്ടും തുടങ്ങുന്ന
തുപോലെ ആയിരുന്നു. മനസ്സിന് ആശ്വാസം കിട്ടാൻ എന്തുചെയ്യണമെ
ന്നറിയാതെ പട്ടാളക്കാരൻ കുവാൽഡായെ ചീത്തപറയാൻ തുടങ്ങി.

"ആ കുടിയന്റെ തലയിൽ ഇടിത്തീവീഴട്ടെ! അവൻ നശിച്ചുപോട്ടെ!"

"നിങ്ങൾക്ക് ഹർജി തയ്യാറാക്കിത്തന്ന വക്കീലിനെ ആണോ നിങ്ങൾ
ഉദ്ദേശിച്ചത്?" പെറ്റുനിക്കോവിന്റെ മകൻ ആത്മവിശ്വാസത്തോടെ ചോദി
ച്ചതിനുശേഷം നെടുവീർപ്പിട്ടുകൊണ്ട് കൂട്ടിച്ചേർത്തു. "അയാൾ നിങ്ങളെ
കുഴഞ്ഞുമറിഞ്ഞ അവസ്ഥയിൽ കൊണ്ടെത്തിക്കുമായിരുന്നെന്ന കാര്യ
ത്തിൽ എനിക്ക് യാതൊരു സംശയവും ഇല്ല... ഞങ്ങൾ നിങ്ങളോട് ദയ
കാണിച്ചില്ലെ..."

"ഞാ!" പട്ടാളക്കാരൻ ദേഷ്യത്തോടെ കൈ ഉയർത്തി അവൻ രണ്ടു
പേരുണ്ട്... ഒരുത്തൻ അതു കണ്ടുപിടിച്ചു. മറ്റവൻ ഹർജി എഴുതി തയ്യാ
റാക്കി. ഒരു നശിച്ച പത്രലേഖനൻ."

"ഏത് പത്രലേഖകൻ?"

"അയാൾ പത്രങ്ങൾക്കുവേണ്ടി എഴുതാറുണ്ട്... നിങ്ങളുടെ വീട്ടിലെ
താമസക്കാരിൽ ഒരാളാണ്... എല്ലാവരും പുറത്തുനിന്ന് വന്നവരാണ്..
ദൈവത്തെ വിചാരിച്ച് അവരെ ഓടിച്ചുകളയണം! കൊള്ളക്കാരാണ്! തെരു
വിലെ താമസക്കാരെ മുഴുവൻ അവർ ഉപദ്രവിക്കുകയാണ്... അവരെല്ലാം
എന്തിനും മടിയില്ലാത്തവരാണ്.... നിങ്ങൾ കുറേക്കൂടി ശ്രദ്ധിക്കണം.
അല്ലെങ്കിൽ നിങ്ങളെ അവർ കൊള്ളയടിക്കും. അല്ലെങ്കിൽ ചുട്ടുകൊല്ലും..."

"ഈ പറഞ്ഞ പത്രലേഖകൻ അയാൾ ആരാണ്?" പെറ്റുനിക്കോ
വിന്റെ മകൻ താല്പര്യത്തോടെ ചോദിച്ചു.

"അയാളോ? ഒരു മുഴുക്കുടിയൻ. അയാൾ ഒരു അദ്ധ്യാപകൻ ആയി
രുന്നു. പക്ഷേ, ജോലിയിൽനിന്ന് പിരിച്ചുവിട്ടു. ഇപ്പോൾ അയാൾ പത്ര
ങ്ങൾക്കുവേണ്ടി എഴുതുന്നതുകൂടാതെ ഹർജികളും എഴുതിക്കൊടുക്കും.
അയാൾ ഭയങ്കര കൗശലക്കാരനാണ്!"

"അതുശരി! നിങ്ങളുടെ ഹർജിയും അയാൾ എഴുതിയതാണോ? കെട്ടി
ടത്തിന്റെ കുഴപ്പങ്ങൾ കണ്ടുപിടിച്ചത് അയാൾ ആയിരിക്കുമെന്നാണ്
എനിക്ക് തോന്നുന്നത്. അതിന്റെ ഉത്തരത്തിന്റെ സ്ഥാനം ശരിയായിരു
ന്നില്ല. ഞാൻ പറഞ്ഞത് ശരിയല്ലെ?

"അയാളാണ് എഴുതിതയ്യാറാക്കിയത്! എനിക്ക് അത് സത്യത്തിൽ
അറിയാമായിരുന്നു. പട്ടി! അവൻ ഇവിടെ ഇരുന്ന് അത് ഉറക്കെ വായിച്ച
തിനുശേഷം പൊങ്ങച്ചം പറഞ്ഞു. "ഇപ്പോൾ പെറ്റുനിക്കോവിന് ഞാൻ
കാരണം കുറച്ച് നഷ്ടം സംഭവിക്കും."

"ശരി. അപ്പോൾ നിങ്ങൾ ഒത്തുതീർപ്പിലെത്താൻ ആഗ്രഹിക്കു
ന്നുണ്ടോ?'

"ഒത്തുതീർപ്പിലെത്താനോ?" പട്ടാളക്കാരൻ തലകുനിച്ചിരുന്ന് ആലോ
ചിച്ചു. "ഹോ! ഈ ജീവിതം ഭയങ്കര കഷ്ടപ്പാടാണ്!" അയാൾ തലചെ
റിഞ്ഞുകൊണ്ട് പിറുപിറുത്തു.

"ഒരാൾ പരിചയത്തിൽനിന്ന് പാഠം പഠിക്കണം." പെറ്റുനിക്കോവിന്റെ
മകൻ ഒരു സിഗററ്റ് കൊളുത്തിക്കൊണ്ട് അയാളെ സമാധാനിപ്പിച്ചു.

"സാർ, ഇത് പാഠം പഠിക്കുന്നതിന്റെ പ്രശ്നമല്ല. പക്ഷേ, എനിക്ക്
ഇവിടെ സ്വാതന്ത്ര്യമില്ലെന്ന് നിങ്ങൾക്ക് മനസ്സിലായില്ലേ? എന്ത് ജീവിത
മാണ് ഞാൻ നയിക്കുന്നതെന്ന് നിങ്ങൾക്ക് മനസ്സിലായില്ലേ? ഞാൻ പേടി
ച്ചുവിറച്ചുകൊണ്ടാണ് ഇവിടെ കഴിഞ്ഞുകൂടുന്നത്... എനിക്ക് എന്റെ ആഗ്ര
ഹംപോലെ ഒന്നും ചെയ്യാൻ സ്വാതന്ത്ര്യമില്ല. ഈ അദ്ധ്യാപകൻ എന്നു
പറയുന്ന പിശാച് എന്നെപ്പറ്റി പത്രത്തിൽ എഴുതുമെന്ന് ഞാൻ ഭയക്കു
ന്നു. അവർ ശുചിത്വപരിശോധകരെ ഇവിടെ വിളിച്ചുവരുത്തും... പിഴ അട
യ്ക്കേണ്ടിവരും.... അല്ലെങ്കിൽ നിങ്ങളുടെ താമസക്കാർ ഈ കടയ്ക്ക്
തീവെക്കും... അല്ലെങ്കിൽ എന്നെ കൊന്ന്, എല്ലാം കൊള്ളയടിക്കും...
അവരെ എതിർത്തുനില്ക്കാനുള്ള ശക്തി എനിക്കില്ല..... അവർക്ക് പൊലീ
സിനെ ഭയമില്ല.. ജയിലിൽ അവർക്ക് വെറുതെ ഭക്ഷണം കിട്ടുന്നതു
കൊണ്ട് ജയിലിൽ പോകാനും അവർക്ക് പേടിയില്ല."

"നമ്മൾ ഒത്തുതീർപ്പിൽ എത്തുകയാണെങ്കിൽ നമുക്ക് അവരെ പുറ
ത്താക്കിക്കളയാം." പെറ്റുനിക്കോവിന്റെ മകൻ വാക്കുകൊടുത്തു.

"അപ്പോൾ അതിനുവേണ്ടി നമ്മൾ എന്തൊക്കെയാണ് ചെയ്യേ
ണ്ടത്?"

"നിങ്ങളുടെ വ്യവസ്ഥകൾ എന്താണെന്ന് എന്നോട് പറയണം."

"ശരി, നഷ്ടപരിഹാരമായി ആവശ്യപ്പെട്ടിരിക്കുന്ന അറുന്നൂറ് എനിക്ക്
തരണം."

കൂട്ടുകാരന്റെ മുഖത്തുനിന്ന് കണ്ണെടുക്കാതെ മൃദുവായി പുഞ്ചിരി
ച്ചുകൊണ്ട് ആ കച്ചവടക്കാരൻ ചോദിച്ചു. "ഒരു നൂറു റൂബിൾ നിങ്ങൾ
സ്വീകരിക്കില്ലേ?" അല്പസമയത്തിനുശേഷം അയാൾ കൂട്ടിച്ചേർത്തു.
"ഞാൻ നിങ്ങൾക്ക് ഒരു റൂബിൾപോലും കൂടുതൽ തരില്ല."

പിന്നീട് അയാൾ കണ്ണട ഊരി തുവാലകൊണ്ട് തുടയ്ക്കാൻ തുടങ്ങി.
വാവിലോവ് വിഷമം കലർന്ന ആദരവോടെ അയാളെ നോക്കിക്കൊണ്ടി
രുന്നു. പെറ്റുനിക്കോവിന്റെ മകന്റെ പ്രശാന്തമായ മുഖവും ചാരനിറമുള്ള
കണ്ണുകളും വെളുത്ത നിറവും തടിച്ചശരീരത്തിലെ ഓരോ വളവുകളും
സമചിത്തതയും ചങ്കുറപ്പുമുള്ള ഒരു മനസ്സിനെ സൂചിപ്പിച്ചു. ഒരു വെറും
പട്ടാളക്കാരനായ തന്നേക്കാൾ പെറ്റുനിക്കോവിന്റെ മകൻ ഉന്നതനാണെന്ന്
വാവിലോവിന് അറിയാമായിരുന്നു. എങ്കിലും സ്വന്തം സഹോദരനെ
പ്പോലെ അയാൾ തന്നോട് നാട്യങ്ങളില്ലാതെ നേരിട്ട് ഇടപെട്ടത് വാവി
ലോവിന് ഇഷ്ടപ്പെട്ടു. അയാളെ നോക്കിക്കൊണ്ടിരിക്കുമ്പോൾ വാവിലോ

വിന് അയാളോടുള്ള ഇഷ്ടം കൂടിക്കൂടിവന്നു. നിമിഷനേരത്തേക്ക് സംസാ
രിച്ചുകൊണ്ടിരുന്ന കാര്യം മറന്നിട്ട് വാവിലോവ് ആദരവോടെ ചോദിച്ചു.

"നിങ്ങൾ എവിടെയാണ് പഠിച്ചത്?"

"സാങ്കേതികസ്ഥാപനത്തിൽ. എന്താണ് ചോദിച്ചത്? മറ്റെയാൾ
പുഞ്ചിരിച്ചുകൊണ്ട് മറുപടി പറഞ്ഞു.

"വെറുതെ... ക്ഷമിക്കണം!" പട്ടാളക്കാരൻ തലകുനിച്ചു പിന്നീട്
അയാൾപെട്ടെന്ന് ഉറക്കെപ്പറഞ്ഞു. "വിദ്യാഭ്യാസം എത്രമാത്രം മനോഹ
രമായ കാര്യമാണ്! ശാസ്ത്രം—അറിവ്!" എന്റെ സഹോദരാ, ഞാൻ
സൂര്യന്റെ മുന്നിലെ മൂങ്ങയെപ്പോലെ ഒരു മണ്ടനാണ്. നമുക്ക് ഈ ജോലി
അവസാനിപ്പിക്കാം."

തീരുമാനമായ മട്ടിൽ പെറ്റുനിക്കോവിന്റെ മകന്റെ നേർക്ക് കൈനീ
ട്ടിക്കൊണ്ട് അയാൾ പറഞ്ഞു.

"ശരി അഞ്ഞൂറെങ്കിൽ അഞ്ഞൂറ്?"

"ഈഗോർ ടെറന്റീവിച്ച്— നൂറു റൂബിളിൽ കൂടുതൽ പറ്റില്ല."

പെറ്റുനിക്കോവിന്റെ മകൻ കൂടുതൽ കൊടുക്കാൻ സാധിക്കാത്തതിൽ
വിഷമം ഉണ്ടെന്ന മട്ടിൽ തോളുകൾ മുകളിലേക്ക് ഉയർത്തിയതിനുശേഷം
പട്ടാളക്കാരന്റെ രോമാവൃതമായ കൈത്തണ്ടയിൽ അയാളുടെ വെളുത്ത
നീണ്ടവിരലുകൾ കൊണ്ട് തൊട്ടു. പട്ടാളക്കാരൻ മറ്റെയാളുടെ ആഗ്രഹ
ത്തിന് പെട്ടെന്ന് വഴങ്ങിയതുകാരണം അവർ ഉടൻതന്നെ കാര്യം അവ
സാനിപ്പിച്ചു. നൂറു റൂബിൾ സ്വീകരിച്ച് കടലാസിൽ ഒപ്പിട്ടുകൊടുത്തതി
നുശേഷം അയാൾ മേശപ്പുറത്ത് പേന വലിച്ചെറിഞ്ഞുകൊണ്ട് ഇഷ്ടക്കേ
ടോടെ പറഞ്ഞു.

"ഇനി ഇപ്പോൾ എനിക്ക് നല്ലസമയം ആയിരിക്കും! ചെകുത്താന്മാർ!
അവർ എന്റെ കാര്യം പറഞ്ഞ് ചിരിക്കും. എന്നെ അവർ പരിഹസിക്കും."

പുകച്ചുരുളുകൾ പുറത്തേക്ക് ഊതിവിട്ട് അത് മുകളിലേക്ക് ഉയർന്നു
പോകുന്നത് ശ്രദ്ധിച്ചുകൊണ്ട് പെറ്റുനിക്കോവിന്റെ മകൻ പറഞ്ഞു.,
"എങ്കിൽ നിങ്ങളുടെ നഷ്ടപരിഹാരം ഞാൻ പൂർണ്ണമായും തന്നു
തീർത്തെന്ന് അവരോട് പറയണം."

"പക്ഷേ, അവർ അത് വിശ്വസിക്കുമെന്ന് നിങ്ങൾ കരുതുന്നുണ്ടോ?
അവർ ആരോടും കിടനില്ക്കുന്ന ചതിയന്മാരാണ്."

അയാൾ ഉദ്ദേശിച്ച സാമ്യം അയാൾ പുറത്തു പറഞ്ഞില്ല. കച്ചവട
ക്കാരന്റെ മകനെ ഭയത്തോടെ നോക്കിക്കൊണ്ട് അയാൾ സംസാരം സ്വയം
അവസാനിപ്പിച്ചു. മറ്റെയാൾ പുകവലിക്കുന്നതിൽ മാത്രം വ്യാപൃതനാ
ണെന്നു തോന്നി. തെണ്ടികളുടെ സങ്കേതം ഉടൻതന്നെ നശിപ്പിക്കാമെന്ന്
വാക്കുകൊടുത്തിട്ട് അയാൾ പെട്ടെന്ന് സ്ഥലം വിട്ടു. ഉറച്ച കാൽവെപ്പുക
ളോടെ കുണ്ടുംകുഴിയും ചവറുകൂനകളും നിറഞ്ഞ വഴിയിലെ കയറ്റംക
യറിപ്പോകുന്ന ചെറുപ്പക്കാരനെ ഉറക്കെ പരിഹസിച്ച് അപമാനിക്കാൻ
അയാൾ ആഗ്രഹിക്കുന്നുണ്ടെന്നുള്ള തോന്നൽ മനസ്സിൽവെച്ചുകൊണ്ട്
വാവിലോവ് ചെറുപ്പക്കാരനെ നോക്കി നെടുവീർപ്പിട്ടു.

വൈകുന്നേരം ആയപ്പോൾ ഭക്ഷണശാലയിൽ ക്യാപ്റ്റൻ പ്രത്യക്ഷ പ്പെട്ടു. അയാളുടെ മുഖത്ത് മുഷിച്ചിൽ ഉണ്ടായിരുന്നു. അയാൾ കൈപ്പത്തി ചുരുട്ടിപ്പിടിച്ചിരുന്നു. വാവിലോവ് കുറ്റവാളിയെപോലെ അയാളെ നോക്കി പുഞ്ചിരിച്ചു.

"ശരി, ജൂഡാസിന്റെയും കെയിനിന്റെയും അനന്തരാവകാശി ആകാൻ അർഹതയുള്ളവൻ സംസാരിക്കാം."

"അവർ തീരുമാനിച്ചതാണ്.." തല താഴ്ത്തി നെടുവീർപ്പിട്ടുകൊണ്ട് വാവിലോവ് പറഞ്ഞു.

"അതിൽ എനിക്ക് സംശയം ഇല്ല. നിങ്ങൾക്ക് എത്ര വെള്ളി നാണ യങ്ങൾ കിട്ടി?"

"നാന്നൂറ് റൂബിൾ..."

"നിശ്ചയമായും നിങ്ങൾ പറയുന്നത് കള്ളമാണ്.... പക്ഷേ, അതു കൊണ്ട് എനിക്ക് കൂടുതൽ പ്രയോജനം ഉണ്ട്. ഇഗോർക്ക, നിങ്ങൾ കൂടു തലൊന്നും പറയേണ്ട. അതിന്റെ പത്തുശതമാനം എന്റെ കണ്ടുപിടിത്ത ത്തിന്... ഹർജി എഴുതിയതിന്റെ കൂലി നാലുശതമാനം അദ്ധ്യാപകന്... ഞങ്ങൾക്ക് എല്ലാവർക്കും കൂടി ഒരു ഭരണി വോഡ്കയും അതിനുവേണ്ട ഭക്ഷണവും. പണം ഇപ്പോൾ എന്നെ ഏല്പിക്കണം. വോഡ്കയും ഭക്ഷ ണവും എട്ടുമണിക്ക് കിട്ടിയാൽ മതി."

വാവിലോവിന്റെ മുഖം ദേഷ്യംകൊണ്ട് ചുവന്നു. അയാൾ കുവാൽഡായെ കണ്ണുതുറിച്ച് നോക്കി.

"ഇത് തട്ടിപ്പാണ്. പിടിച്ചുപറിയാണ്! ഞാൻ ഇതൊന്നും ചെയ്യാൻ പോകുന്നില്ല. അരിസ്റ്റിഡ് ഫോമിച്ച് നിങ്ങൾ എന്താണ് ഉദ്ദേശിക്കുന്നത്? അടുത്ത സദ്യക്കുള്ള തയ്യാറെടുപ്പാണോ! ഇപ്പോൾ എനിക്ക് നിങ്ങളെ പേടിയില്ല..."കുവാൽഡാ ക്ലോക്കിലേക്ക് നോക്കി.

"ഇഗോർക്കാ ഞാൻ നിങ്ങൾക്ക് മണ്ടത്തരങ്ങൾ പറയാൻവേണ്ടി പത്തുമിനിറ്റ് തരാം. അതിനുള്ളിൽ നിങ്ങൾ വിഡ്ഢിത്തം നിർത്തി ഞാൻ ചോദിച്ച കാര്യം എന്റെ കൈയിൽ ഏല്പിക്കണം. നിങ്ങൾ അത് തന്നി ല്ലെങ്കിൽ ഞാൻ നിങ്ങളെ കൊന്നുതിന്നും! കനറ്റ്സ് ചില സാധനങ്ങൾ നിങ്ങൾക്ക് വിറ്റിരുന്നു. ശരിയല്ലേ? ബസോവിന്റെ വീട്ടിലെ മോഷണത്തെ പറ്റി നിങ്ങൾ പത്രത്തിൽ വായിച്ചില്ലേ? നിങ്ങൾക്ക് മനസ്സിലാകുന്നുണ്ടോ? നിങ്ങൾക്ക് ഒന്നുംതന്നെ ഒളിച്ചുവെക്കാനുള്ള സമയം ഇല്ല. ഞങ്ങൾ നിങ്ങളെ അതൊന്നും ഒളിപ്പിക്കാൻ സമ്മതിക്കില്ല. ഇന്നു രാത്രി നിങ്ങൾക്കും കാര്യം മനസ്സിലാകും. നിങ്ങൾക്ക് മനസ്സിലായോ?"

"അരിസ്റ്റിഡ് ഫോമിച്ച് എന്താണ് ഇങ്ങനെ പറയുന്നത്?" പരിഭ്രമിച്ചു പോയ കച്ചവടക്കാരൻ വിക്കിവിക്കി പറഞ്ഞു.

"ഇനി സംസാരം ഇല്ല! നിങ്ങൾക്ക് മനസ്സിലാകുന്നുണ്ടോ, അതോ നിങ്ങൾക്ക് മനസ്സിലാക്കാൻ ബുദ്ധിമുട്ടുണ്ടോ?"

ഇരുണ്ട നിറവും പൊക്കവും ഉള്ള കുവാൽഡാ ശബ്ദം താഴ്ത്തി യാണ് സംസാരിച്ചത്.

അയാളുടെ ആഴമുള്ള പരുക്കൻ ശബ്ദം ആ കെട്ടിടത്തിനുള്ളിൽ മുഴ
ങ്ങി. വാവിലോവിന് അയാളെ എന്നും ഭയമായിരുന്നു. കാരണം അയാൾ
വിരമിച്ച ഒരു പട്ടാളക്കാരൻ എന്നതിനപ്പുറം ഒന്നും നഷ്ടപ്പെടാൻ ഇല്ലാത്ത
ഒരു മനുഷ്യൻ ആയിരുന്നു, പക്ഷേ, ഇപ്പോൾ ഒരു പുതിയ വേഷത്തി
ലാണ് കുവാൽഡാ അയാളുടെ മുന്നിൽ പ്രത്യക്ഷപ്പെട്ടിരിക്കുന്നത്. അയാൾ
പതിവുപോലെ തമാശമട്ടിൽ കൂടുതൽ സംസാരിച്ചില്ല. അയാൾ ഒരു പട്ടാ
ളക്കാരൻ ചെയ്തകുറ്റം ബോധ്യപ്പെട്ട സൈന്യാധിപനെപ്പോലെയാണ്
സംസാരിച്ചത്. അങ്ങേയറ്റത്തെ സന്തോഷത്തോടെ ക്യാപ്റ്റൻ തന്നെ നശി
പ്പിക്കാൻ കഴിയുമെന്നും അയാൾ അത് ചെയ്യുമെന്നും വാവിലോവിന്
തോന്നി. ഈ ശക്തിക്ക് മുമ്പിൽ അയാൾക്ക് കീഴടങ്ങാതിരിക്കാൻ കഴി
ഞ്ഞില്ല. പക്ഷേ, എന്തായാലും ഒരിക്കൽക്കൂടി അയാളെ പരീക്ഷിക്കാൻ
പട്ടാളക്കാരൻ വിചാരിച്ചു. ആഴത്തിൽ നെടുവീർപ്പിട്ടതിനുശേഷം ഒന്നും
സംഭവിക്കാത്തതുപോലെ പട്ടാളക്കാരൻ ആരംഭിച്ചു.

"ഒരു മനുഷ്യന്റെ പാപങ്ങൾ അയാളെ കണ്ടെത്തുമെന്നും പറയു
ന്നത് സത്യമാണ്... അരിസ്റ്റിഡ് ഫോമിച്ച്, ഞാൻ നിങ്ങളോട് കള്ളം പറ
ഞ്ഞു: ഞാൻ ഉള്ളതിനേക്കാൾ ബുദ്ധിമാനാകാൻ ശ്രമിച്ചു. എനിക്ക് കിട്ടി
യത് വെറും നൂറ് റൂബിൾ മാത്രമാണ്."

"എന്നിട്ട്? പിന്നീട് എന്ത് സംഭവിച്ചു?...."

"ഞാൻ പറഞ്ഞതുപോലെ എനിക്ക് നാന്നൂറ് കിട്ടിയില്ല..... അതിന്റെ
അർത്ഥം...."

"അതിന് ഒരർത്ഥവും ഇല്ല. എനിക്ക് എല്ലാം ഒരുപോലെ ആണ്.
നിങ്ങൾ കള്ളം പറഞ്ഞാലും പറഞ്ഞില്ലെങ്കിലും എനിക്ക് ഒരു വ്യത്യാ
സവും ഇല്ല. നിങ്ങൾ എനിക്ക് അറുപത്തഞ്ച് റൂബിൾ തരാനുണ്ട്. അത്
വലിയ തുക അല്ല. ആണോ?"

"ഓ! എന്റെ ദൈവമേ! അരിസ്റ്റിഡ് ഫോമിച്ച്! ഞാൻ എന്നും നിങ്ങ
ളുടെ കാര്യത്തിൽ ശ്രദ്ധ കാണിച്ചിട്ടുണ്ട്. നിങ്ങളുടെ സന്തോഷത്തിനു
വേണ്ടി എന്റെ കഴിവിന്റെ പരമാവധി ഞാൻ പ്രവർത്തിച്ചിട്ടുണ്ട്.

"ചരിത്രം വിസ്തരിക്കേണ്ട കാര്യം ഇല്ല. ഇഗോർക്കാ! നിങ്ങൾ ജൂധാ
സിന്റെ കൊച്ചുമോനാണ്!"

"ശരി! പറഞ്ഞതുപോലെ അത് ഞാൻ നിങ്ങൾക്ക് തരാം.... ഇതിന്
ദൈവം നിങ്ങളെം ശിക്ഷിക്കും....,"

"നിങ്ങൾ ഭൂമിയുടെ പഴുത്ത വ്രണമാണ്!" മിണ്ടിപ്പോകരുത്.
"ക്യാപ്റ്റൻ കണ്ണുരുട്ടിക്കൊണ്ട് അലറി. "നിങ്ങളോട് സംസാരിക്കാനുള്ള
സന്ദർഭം സൃഷ്ടിച്ച് എന്നെ അതിന് നിർബ്ബന്ധിച്ചുകൊണ്ട് അയാൾ ഇപ്പോൾ
എന്നെ വേണ്ടത്ര ശിക്ഷിച്ചു കഴിഞ്ഞിരിക്കുന്നു.... ഒറ്റ ഇടിക്ക് ഞാൻ
നിങ്ങളെ ഇവിടെവച്ചുതന്നെ കൊല്ലും."

അയാൾ പല്ല് ഉടഞ്ഞുപോകുന്നതുപോലെ പല്ല് കടിച്ചുകൊണ്ട്
കൈപ്പത്തി ചുരുട്ടി വാവിലോവിന്റെ മുഖത്തേക്ക് വീശി.

അയാൾ പോയിക്കഴിഞ്ഞപ്പോൾ വാവിലോവ് സ്വയം പുഞ്ചിരിക്കാനും

കണ്ണുചിമ്മാനും തുടങ്ങി. പിന്നീട് രണ്ട് വലിയ തുള്ളികൾ അയാളുടെ കവിളിലൂടെ താഴോട്ട് ഉരുണ്ടിറങ്ങി. അവ അയാളുടെ മേൽമീശയ്ക്കു ള്ളിൽ ഒളിച്ചു. ഈ സമയത്ത് മറ്റു രണ്ടുതുള്ളികൾ അവയെ പിന്തുടരുന്നു ണ്ടായിരുന്നു. അതിനുശേഷം വാവിലോവ് അയാളുടെ സ്വന്തം മുറിയിലേക്ക് പോയി. ഇരുണ്ടകവിളുകളിലൂടെ ഒഴുകിയിറങ്ങുന്ന ഉപ്പുരസമുള്ള കണ്ണീ രോടെ നിശ്ചലനായി നിന്നു. അയാൾ പ്രാർത്ഥിക്കുന്നുണ്ടായിരുന്നില്ല...

*　　*　　*　　*　　*　　*　　*

കഴിയുന്നത്ര സമയം കാട്ടിലും പാടത്തും ചുറ്റിത്തിരിയാൻ ഇഷ്ട പ്പെട്ടിരുന്ന ശെമ്മാച്ചൻ ടെറസ് എല്ലാവർക്കുംകൂടി ഒന്നിച്ച് പാടത്ത് പ്രകൃ തിയുടെ മടിത്തട്ടിൽ പോയിരുന്ന് വാവിലോവിന്റെ വോഡ്ക കുടിക്കാ മെന്നു ഒരു നിർദ്ദേശം ഒരിക്കൽ മനുഷ്യരായിരുന്ന ജന്തുക്കളുടെ മുന്നിൽ അവതരിപ്പിച്ചു. പക്ഷേ ക്യാപ്റ്റനും മറ്റുള്ളവരും ചേർന്ന് ശെമ്മാച്ചനെ ചീത്തവിളിച്ചു. മുറ്റത്തിരുന്ന് കുടിക്കാൻ തീരുമാനിക്കുകയും ചെയ്തു.

"ഒന്ന്, രണ്ട്, മൂന്ന്" അരിസ്റ്റിഡ് ഫോമിച്ച് തലയെണ്ണി,. "നമ്മുടെ മൊത്തം എണ്ണം മുപ്പതാണ്. അദ്ധ്യാപകൻ ഇവിടെ ഇല്ല... പക്ഷേ, മറ്റു പല അനാഥന്മാരും വന്നുചേരാൻ ഇടയുണ്ട്. നമുക്ക് ഇരുപത് പേർ ഉണ്ടാ വുമെന്ന് കണക്കുകൂട്ടാം. ഓരോരുത്തർക്കും രണ്ടര വെള്ളരിക്കയും ഒരു റാത്തൽ റൊട്ടിയും ഒരു റാത്തൽ ഇറച്ചിയും. അത് കുറഞ്ഞുപോയെന്ന് ആരും പറയില്ല. ഓരോരുത്തർക്കും ഒരു കുപ്പി വോഡ്ക്ക. അതുകൂടാതെ ധാരാളം കയ്ക്കുന്ന കാബേജും മൂന്ന് തണ്ണിമത്തനും ഉണ്ട്. എന്റെ ചങ്ങാ തിമാരായ തെമ്മാടികളോട് ഞാൻ ചോദിക്കട്ടെ, ഇതിലും കൂടുതൽ എന്താണ് നിങ്ങൾക്ക് വേണ്ടത്? ഇനിയിപ്പോൾ നമുക്ക് ഇഗോർക്ക വാവി ലോവിനെ കഷണങ്ങളാക്കാനുള്ള തയ്യാറെടുപ്പ് നടത്താം. കാരണം ഇതെല്ലാം അയാളുടെ ചോരയും മാംസവും ആണ്!"

അവർ നിലത്തു ഏതാനും പഴയതുണികൾ വിരിച്ച് മദ്യവും വിശിഷ്ട വിഭവങ്ങളും നിരത്തി. അതിന്റെ ചുറ്റുവട്ടത്ത് അവർ ആദരവോടെ നിശ്ശ ബ്ദരായി ഇരുന്നെങ്കിലും മദ്യത്തോടുള്ള ആർത്തി അവരുടെ കണ്ണുകളിൽ തിളങ്ങുന്നുണ്ടായിരുന്നു. അത് നിയന്ത്രിക്കാൻ അവർക്ക് കഴിഞ്ഞിരുന്നില്ല.

സന്ധ്യയാകാൻ തുടങ്ങിയിരുന്നു. വാടകവീടിന്റെ മുറ്റത്ത് ചിതറിക്കി ടന്ന ഉപേക്ഷിക്കപ്പെട്ട മനുഷ്യരുടെ മുകളിൽ സന്ധ്യയുടെ നിഴലുകൾ പതിച്ചിരുന്നു. ഇടിഞ്ഞുവീഴാറായ ആ കെട്ടിടത്തിന്റെ മേല്ക്കൂര മനുഷ്യന്റെ അവസാനത്തെ കിരണങ്ങൾ തട്ടി തിളങ്ങുന്നുണ്ടായിരുന്നു. രാത്രിയിൽ തണുപ്പും നിശ്ശബ്ദതയും തളം കെട്ടി നിന്നു.

"സഹോദരന്മാരേ! നമുക്ക് തുടങ്ങാം." ക്യാപ്റ്റൻ ആജ്ഞാപിച്ചു. "നമ്മുടെ കൈവശം എത്ര കപ്പുകൾ ഉണ്ട്? ആറ്... നമ്മൾ ഇപ്പോൾ മുപ്പതു പേരുണ്ട്. അലക്സി മാക്സിമോവിച്ച്, നിങ്ങൾ അത് കപ്പിൽ ഒഴിക്ക്... എല്ലാം തയ്യാറായിക്കഴിഞ്ഞോ? അപ്പോൾ ഇതാ ആദ്യത്തെ പാനോ പചാരം. കൂടെ കുടിക്കോ?"

അവർ കുടിച്ച് ബഹളം വെച്ചുകൊണ്ട് തിന്നാൻ തുടങ്ങി.

"അദ്ധ്യാപകൻ ഇവിടെ ഇല്ല. ഞാൻ അയാളെ കണ്ടിട്ട് മൂന്നുദിവസം ആയിരിക്കുന്നു. ആരെങ്കിലും അയാളെ കണ്ടിരുന്നോ?" കുവാൽഡാ ചോദിച്ചു.

"ആരും കണ്ടിട്ടില്ല."

"അത് സാധാരണ സംഭവിക്കാറില്ല. എന്റെ ജീവിതത്തിൽ ഒരു നിമിഷംപോലും എന്നെ ഒറ്റപ്പെടുത്തിയിട്ടില്ലാത്ത എന്റെ ഏക കൂട്ടുകാ രൻ അരിസ്റ്റിഡ് കുവാൽഡായുടെ ആരോഗ്യത്തിനുവേണ്ടി നമുക്ക് കുടിക്കാം! അയാളെ ചെകുത്താൻ കൊണ്ടുപോയാലും എനിക്ക് പ്രശ്ന മില്ല. കുറച്ചുകാലത്തേക്കെങ്കിലും അയാൾ എന്റെ കൂടെ കൂട്ടുകെട്ട് ഉപേ ക്ഷിച്ചിരുന്നെങ്കിൽ എനിക്ക് അണിഞ്ഞൊരുങ്ങി നടക്കാൻ ഒരുവേഷമെ ങ്കിലും കാണുമായിരുന്നു! ആരോ പറഞ്ഞു.

"നിങ്ങൾക്ക് ദേഷ്യം വരുന്നുണ്ട്...." അബൈഡോക് ചുമച്ചുകൊണ്ട് പറഞ്ഞു.

മറ്റുള്ളവരേക്കാൾ ഉയർന്നവനാണെന്ന തോന്നലുള്ള ക്യാപ്റ്റൻ ഭക്ഷണം കഴിച്ചുകൊണ്ടിരിക്കുമ്പോൾ ഒരിക്കലും സംസാരിക്കാറില്ല.

രണ്ടുപ്രാവശ്യം കുടിച്ചുകഴിഞ്ഞപ്പോൾ ആളുകൾക്കിടയിൽ ആഹ്ലാദം വളർന്നു. ഭക്ഷണം അവർക്ക് ഇഷ്ടപ്പെട്ടു.

പാൽടാരാ ടരസ് കഥ കേൾക്കാനുള്ള അയാളുടെ ആഗ്രഹം പ്രകട മാക്കി. പക്ഷേ, ശെമ്മാച്ചൻ ടരസ് കുബറോവുമായി മെലിഞ്ഞ പെണ്ണു ങ്ങളേക്കാൾ കൂടുതൽ തടിച്ച സ്ത്രീകളെ ഇഷ്ടപ്പെടുന്നതിനെപ്പറ്റിയുള്ള ഒരു വാക്കുതർക്കത്തിൽ ഏർപ്പെട്ടിരിക്കുന്നതുകൊണ്ട് അയാളുടെ സുഹൃ ത്തിന്റെ അഭ്യർത്ഥനയോട് പ്രതികരിച്ചില്ല. സ്വന്തം വിശ്വാസത്തിൽ ആഴ ത്തിൽ ബോദ്ധ്യമുള്ള ഒരുവനെപ്പോലെ ഈ വിഷയത്തിലുള്ള അയാളുടെ കാഴ്ചപ്പാടുകൾ ശെമ്മാച്ചൻ കുബറോവിന്റെ മുകളിൽ അടിച്ചേല്പിച്ചു കൊണ്ടിരുന്നു.

നിലത്ത് കിടന്നിരുന്ന മിറ്റിയോറിന്റെ വിഡ്ഢിത്തം നിറഞ്ഞുനില്ക്കു ന്ന മുഖത്തുനിന്നും അയാൾ ശെമ്മാച്ചന്റെ ശക്തമായ വാക്കുകൾ വിഴു ങ്ങുകയാണെന്ന് വ്യക്തമായി മനസ്സിലാക്കാൻ കഴിഞ്ഞിരുന്നു.

മാർട്യനോവ് രോമാവൃതമായ വലിയ കൈത്തണ്ടകൾ കാൽമുട്ടിൽ ചുറ്റിപ്പിടിച്ചുകൊണ്ട് ദുഃഖത്തോടെ നിശ്ശബ്ദനായി വോഡ്കയുടെ കുപ്പി യിൽ നോക്കിയിരുന്ന് മേൽമീശ പല്ലുകൊണ്ട് താഴോട്ട് കടിച്ചുവലിക്കാൻ പരിശ്രമിക്കുകയായിരുന്നു. ഈ സമയത്ത് അബൈഡോക് ത്യാപ്പയെ കളി യാക്കിക്കൊണ്ടിരുന്നു.

"നിങ്ങൾ പണം ഒളിച്ചുവെച്ചിരിക്കുന്ന സ്ഥലം പരിശോധിക്കുന്നത് ഞാൻ കണ്ടിരുന്നു!"

"അത് നിങ്ങളുടെ ഭാഗ്യം ആണ്!" ത്യാപ്പ ഉറക്കെപ്പറഞ്ഞു.

"സഹോദരാ, നമുക്ക് പകുതിവീതം പങ്കുവെക്കാം."

"ശരി അത് എടുത്തുകൊള്ളൂ. എനിക്ക് പ്രശ്നമില്ല." കുവാൽ

ഡായ്ക്ക് ഈ മനുഷ്യരോട് ദേഷ്യം തോന്നി. അവരിൽ ഒരാൾപോലും അയാളുടെ പ്രസംഗം കേൾക്കുന്നതിനോ അയാളെ മനസ്സിലാക്കുന്ന തിനോ യോഗ്യരായിരുന്നില്ല.

"ഈ അദ്ധ്യാപകൻ എവിടെയാണെന്ന് എനിക്ക് അത്ഭുതം തോന്നുന്നു? അയാൾ ഉറക്കെ ചോദിച്ചു.

മാർട്യനോവ് അയാളുടെ മുഖത്തുനോക്കി പറഞ്ഞു. "അയാൾ ഉടൻ തന്നെ വന്നുചേരും...."

"അയാൾ വരുമെന്നാണ് ഞാൻ വിശ്വസിക്കുന്നത്. പക്ഷേ, അയാൾ കുതിരവണ്ടിയിൽ വരില്ല. ഭാവിയിൽ നിങ്ങളുടെ ആരോഗ്യം മെച്ചപ്പെടാൻ വേണ്ടി നമുക്ക് കുടിക്കാം. നിങ്ങൾ ഏതെങ്കിലും പണക്കാരനെ കൊല്ലു കയാണെങ്കിൽ എനിക്ക് കൂടി പങ്കു തരണം... അപ്പോൾ സഹോദരാ, എനിക്ക് അമേരിക്കയിൽ പോകാൻ പറ്റും. അവിടെ പോയി ഞാൻ അമേ രിക്കൻ ഐക്യനാടുകളുടെ പ്രസിഡന്റ് ആകുന്നതു വരെ ജോലി ചെയ്യും. പിന്നീട് ഞാൻ യൂറോപ്പിനെ ഒന്നിച്ച് യുദ്ധത്തിന് വെല്ലുവിളിക്കും! ഞാൻ യൂറോപ്പിനെ കത്തിച്ചുകളയും! ഞാൻ പട്ടാളത്തെ വിലയ്ക്കു വാങ്ങും. അതായത് ഞാൻ ഫ്രഞ്ചുകാരെയും ജർമ്മൻകാരെയും തുർക്കികളെയും ക്ഷണിച്ചുവരുത്തും. ഞാൻ അവരെ അവരുടെ ബന്ധുക്കളുടെ കൈകൊ ണ്ടുതന്നെ കൊല്ലിക്കും.... എലിയാമറുമെറ്റ്സ് ഒരുവേശ്യയെക്കൊണ്ട് ഒരു വേശ്യയെ വിലയ്ക്ക് വാങ്ങിയതുപോലെ... പണംകൊണ്ട് യൂറോപ്പിനെ മൊത്തത്തിൽ നശിപ്പിക്കാൻ എലിയായ്ക്കുപോലും കഴിയും. ജൂഡാസ് പെറ്റുനിക്കോവിനെ എലിയായ്ക്ക് അയാളുടെ ജോലിക്കാരനാക്കാൻ വേണ്ടി പിടിച്ചുകൊണ്ടുപോകാൻ പറ്റും. അയാൾ പോകും. ഒരു നൂറു റൂബിൾ മാസംതോറും അയാൾക്ക് കൊടുത്താൽ അയാൾ പോകും! പക്ഷേ, അയാൾ ഒരു മോശം ജോലിക്കാരൻ ആയിരിക്കും. കാരണം അയാൾ ഉടൻതന്നെ മോഷ്ടിക്കാൻ തുടങ്ങും..."

"മറ്റൊരുകാര്യം ഇക്കാലത്ത് മെലിഞ്ഞ സ്ത്രീ തടിച്ചിയേക്കാൾ മെച്ച മാണ്. കാരണം അവൾക്ക് ചെലവ് കുറവാണ്." ശെമ്മാച്ചൻ ആധികാരി കമായി പറഞ്ഞു. "എന്റെ ആദ്യത്തെ ഭാര്യക്ക് വസ്ത്രം തയ്ക്കുന്നതിന് പന്ത്രണ്ട് ആർഷിൻ തുണി വേണമായിരുന്നു. രണ്ടാമത്തെ ഭാര്യക്ക് പത്ത് മതിയായിരുന്നു.... ഭക്ഷണത്തിന്റെ കാര്യത്തിലും പലചരക്കുകളുടെ കാര്യ ത്തിലും ഈ വ്യത്യാസം ഉണ്ടാകും...."

പാൽ ടാര ടരസ് കുറ്റബോധത്തോടെ പുഞ്ചിരിച്ചു. ശെമ്മാച്ചന്റെ മുഖത്ത് സൂക്ഷിച്ചുനോക്കിക്കൊണ്ട് അയാൾ ആത്മവിശ്വാസത്തോടെ പറഞ്ഞു.

"എനിക്കും ഒരിക്കൽ ഒരു ഭാര്യ ഉണ്ടായിരുന്നു."

"ഓ! എല്ലാവർക്കും അതു സംഭവിക്കാറുണ്ട്. കുവാൽഡാ അഭിപ്രാ യപ്പെട്ടു. "പക്ഷേ, നിങ്ങൾക്ക് നിങ്ങളുടെ കള്ളങ്ങളുമായി മുന്നോട്ടുപോകാം."

"അവൾ മെലിഞ്ഞതായിരുന്നു. പക്ഷേ, അവൾ ധാരാളം ഭക്ഷണം കഴിച്ചു. അവൾ മരിച്ചതുപോലും അധികം ഭക്ഷണം കഴിച്ചതുകൊണ്ടാ യിരുന്നു.

"കൂനൻ അവൾക്ക് വിഷം കൊടുത്തതാണ്." അബൈഡോക് ഉറ
പ്പിച്ചുപറഞ്ഞു.

"ഇല്ല, ദൈവത്തിനെ സാക്ഷി നിർത്തിയാണ് ഞാൻ പറയുന്നത്.
അവൾ മരിച്ചത് ഭക്ഷണംകഴിച്ചതുകൊണ്ടുതന്നെ ആയിരുന്നു!" ടരസ് പറഞ്ഞു.

"പക്ഷേ, നിങ്ങൾ അവൾക്ക് വിഷം കൊടുത്തതാണെന്ന് ഞാൻ
പറയുന്നു!" തീരുമാനിച്ചുറപ്പിച്ച മട്ടിൽ അബൈഡോക് പറഞ്ഞു. പലപ്പോഴും
ഇങ്ങനെ സംഭവിച്ചിട്ടുണ്ട്. ഒരു തെളിവും ഇല്ലാതെ സംഭവിക്കാത്ത എന്തെ
ങ്കിലും കാര്യം പറഞ്ഞതിനുശേഷം അയാൾ അത് ആവർത്തിച്ചുകൊണ്ടി
രിക്കും. തുടക്കത്തിൽ കുട്ടികളുടെ ശബ്ദംപോലെ നിഷ്കളങ്കമായ അയാളുടെ
ശബ്ദം ക്രമേണ ഉയർന്ന് ഭ്രാന്തമായ ഒരു നിലവിളിയിലേക്ക് എത്തിച്ചേരും.

"ശെമ്മാച്ചൻ അയാളുടെ സുഹൃത്തിന്റെ പക്ഷം പിടിച്ചു. "ഇല്ല.
അയാൾ അവൾക്ക് വിഷം കൊടുത്തിട്ടില്ല. അങ്ങനെ ചെയ്യാൻ അയാൾക്ക്
യാതൊരു കാരണവും ഇല്ല."

"പക്ഷേ, അയാൾ അവൾക്ക് വിഷം കൊടുത്തെന്ന് ഞാൻ ഉറപ്പിച്ചു
പറയുന്നു!" അബൈഡോക് ആത്മവിശ്വാസത്തോടെ പറഞ്ഞു.

"മിണ്ടരുത്." ഭീഷണിയുടെ സ്വരത്തിൽ ക്യാപ്റ്റൻ അലറി. എന്നിട്ടും
അയാൾക്ക് ദേഷ്യം കൂടിക്കൊണ്ടിരുന്നു. അയാൾ കണ്ണിറുക്കിക്കൊണ്ട്
കൂട്ടുകാരെ നോക്കി. അവരുടെ പകുതി ലഹരിപിടിച്ച മുഖങ്ങളിൽ
അയാളെ പ്രകോപിപ്പിക്കുന്ന ഒന്നുംതന്നെ കൂടുതലായി കണ്ടെത്താൻ
കഴിയാത്തതുകൊണ്ട് അയാൾ കുറച്ചുസമയം തലകുനിച്ച് നിശ്ശബ്ദനായി
ഇരുന്നു. പിന്നീട് നിലത്തേക്ക് മലർന്നുവീണു. മിറ്റിയോർ വെള്ളരിക്ക
കടിച്ചുകൊണ്ടിരിക്കുകയായിരുന്നു. അയാൾ ഒരു വെള്ളരിക്ക കൈയിൽ
എടുത്ത് അതിലേക്ക് നോക്കാതെ അതിന്റെ പകുതിയോളം വായിലേക്ക്
തിരുകിവെച്ച് അയാളുടെ മഞ്ഞപ്പല്ലുകൾകൊണ്ട് അതിൽ കടിച്ചു.
അതോടെ അതിന്റെ നീര് പുറത്തേക്ക് ചീറ്റി അയാളുടെ കവിളിലൂടെ
ഒഴുകിയിറങ്ങി. അത് തിന്നാൻ അയാൾ ആഗ്രഹിക്കുന്നതായി തോന്നി
യില്ല. പക്ഷേ, ഈ പ്രവർത്തനത്തിൽ അയാൾ സന്തുഷ്ടനായിരുന്നു.
മാർട്ട്യനോവ് കാലിയായിക്കൊണ്ടിരിക്കുന്ന പകുതിയൊഴിഞ്ഞ വോഡ്ക
കുപ്പിയിലേക്ക് നിർജ്ജീവമായി നോക്കിക്കൊണ്ട് യാതൊരു ചലനവും
ഇല്ലാതെ ഒരു പ്രതിമയെപ്പോലെ നിലത്ത് ഇരിക്കുകയായിരുന്നു. അബൈ
ഡോക് അയാളുടെ ചെറിയ ശരീരം മുഴുവൻ ഇളക്കിക്കൊണ്ട് കമഴ്ന്നു
കിടന്ന് ചുമച്ചു. ബാക്കിയുള്ള ഇരുണ്ട നിശ്ശബ്ദരൂപങ്ങൾ നാലുപാടും പല
അവസ്ഥകളിലായി ഇരിക്കുകയും കിടക്കുകയും ചെയ്തു. കീറത്തുണി
കൾക്കുള്ളിൽ അവർ ഏതോ അസാധാരണ ദൈവം സൃഷ്ടിച്ച മനുഷ്യന്റെ
വികൃതരൂപങ്ങളാണെന്ന് തോന്നി.

"ഒരിക്കൽ സുസൽഡായിൽ
ഒരു അപൂർവ്വ സുന്ദരി ജീവിച്ചിരുന്നു
ഏറ്റവും ദുഃഖകരമായ രീതിയിൽ
അവൾ ഉന്മാദാവസ്ഥയിലായിരുന്നു."

ശെമ്മാച്ചനെനോക്കി അനുകമ്പയോടെ പുഞ്ചിരിച്ചുകൊണ്ടിരുന്ന അലക്സി മാക്സിമോവിച്ചിനെ കെട്ടിപ്പിടിച്ചുകൊണ്ട് ശെമ്മാച്ചൻ താഴ്ന്ന സ്വരത്തിൽ പാടി.

പാൽ ടാരാ ടരസ് അമിതസന്തോഷത്തോടെ കുലുക്കിച്ചിരിച്ചു.

രാത്രി അടുത്തുകൊണ്ടിരിക്കുകയായിരുന്നു. ഉയരെ ആകാശത്തിൽ നക്ഷത്രങ്ങൾ തിളങ്ങി..... മലനിരകളിലും നഗരത്തിലും വിളക്കുകളുടെ വെളിച്ചം പ്രത്യക്ഷ്യപ്പെട്ടുകൊണ്ടിരുന്നു. നദിയുടെ പലഭാഗത്തുനിന്നും ആവിക്കപ്പലുകളുടെ ചൂളം വിളി കേൾക്കുന്നുണ്ടായിരുന്നു. വാവിലോ വിന്റെ ഭക്ഷണശാലയുടെ വാതിൽ ശബ്ദത്തോടെ തുറന്നു. രണ്ട് ഇരുണ്ട രൂപങ്ങൾ മുറ്റത്തേക്ക് കടന്നുവന്നു. അവരിൽ ഒരാൾ പരുക്കൻ ശബ്ദ ത്തിൽ ചോദിച്ചു.

"നിങ്ങൾ കുടിക്കുകയാണോ?" മറ്റെയാൾ ആത്മഗതംപോലെ പറഞ്ഞു.

"ഇവർ എന്തുതരം പിശാചുക്കൾ ആണെന്ന് നോക്കൂ."

പിന്നീട് ശെമ്മാച്ചന്റെ തലയ്ക്കു മുകളിലൂടെ ഒരു കൈ മുന്നോട്ടു നീണ്ടുവന്ന് കുപ്പിപൊക്കിയെടുത്തുകൊണ്ടുപോയി. ഗ്ലാസിലേക്ക് വോഡ്ക ഒഴിക്കുന്നതിന്റെ സവിശേഷമായ ശബ്ദം കേട്ടു. പിന്നീട് അവർ ഒന്നിച്ച് ഉറക്കെ എതിർപ്പ് പ്രകടിപ്പിച്ചു.

"ഓ, ഇത് അത്ഭുതമായിരിക്കുന്നു!" ശെമ്മാച്ചൻ ഉറക്കെവിളിച്ചു കൂവി. "ക്രിവോയ്, നമുക്ക് പഴയതൊക്കെ ഓർത്തെടുക്കാം! നമുക്ക് ബാബിലോണിയയിലെ നദീതീരങ്ങൾ പാടാം."

"പക്ഷേ അയാൾക്ക് പാടാൻ പറ്റുമോ?" സിംസോവ് ചോദിച്ചു.

"ഇവനോ? ഇവൻ ബിഷപ്പിന്റെ ഗായകസംഘത്തിലെ അംഗമായിരു ന്നു. അപ്പോൾ ക്രിവോയ്!... 'ബാബിലോണിയയിലെ...' ശെമ്മാച്ചന്റെ ശബ്ദ ത്തിന് മുഴക്കം ഉണ്ടായിരുന്നെങ്കിലും പരുക്കനായിരുന്നു. പക്ഷേ, അയാ ളുടെ കൂട്ടുകാരൻ തുളച്ചിറങ്ങുന്ന ശബ്ദം കൃത്രിമമായി സൃഷ്ടിച്ച് പാടി.

മങ്ങിയ ഇരുട്ടിൽ ആ അഴുക്കു പിടിച്ച കെട്ടിടത്തിന് വലിപ്പംവെച്ച് പ്രതിദ്ധ്വനികൾ ഉണർത്തിവിട്ട കുറ്റത്തിന് പാട്ടുകാരെ ഭീഷണിപ്പെടുത്തി ക്കൊണ്ട് അവരുടെ അടുത്തേക്ക് അത് നീങ്ങി വന്നുകൊണ്ടിരിക്കുകയാ ണെന്ന് തോന്നി. അവരുടെ തലയ്ക്കുമുകളിലെ ആകാശത്ത് കനത്ത മേഘപാളികൾ പകിട്ടോടെ ഒഴുകിനടക്കുന്നുണ്ടായിരുന്നു. "ഒരിക്കൽ മനു ഷ്യരായിരുന്ന ജന്തുക്കളിൽ" ഒരാൾ കൂർക്കം വലിച്ചുകൊണ്ടിരുന്നു. അത്രയ്ക്കും കുടിച്ചിട്ടില്ലാത്ത മറ്റുള്ളവർ നിശ്ശബ്ദരായി തീറ്റയും കുടിയും തുടർന്നു. അല്ലെങ്കിൽ നീണ്ട ഇടവേളകൾക്കുശേഷം പരസ്പരം സംസാരിച്ചു.

ഇതുപോലെ ധാരാളം വോഡ്കയുള്ള സദ്യയിൽ അവർ ഇങ്ങനെ നിശ്ശബ്ദരാകുന്നത് പതിവില്ലാത്ത കാര്യം ആയിരുന്നു. എന്തായാലും ഇന്നത്തെ മദ്യത്തിന് എന്നത്തേയുംപോലെ ലഹരിയുള്ളതായി തോന്നിയില്ല.

"എടാ പട്ടികളേ, മോങ്ങൽ ഒന്ന് അവസാനിപ്പിക്കാൻ പറ്റില്ലേ!" എഴു ന്നേറ്റിരുന്ന് കൈ ഉയർത്തി ശ്രദ്ധ ആകർഷിച്ചുകൊണ്ട് ക്യാപ്റ്റൻ പാട്ടു

കാരോട് വിളിച്ചുകൂവി. "ആരോ ഒരു കുതിരവണ്ടിയിൽ ഇതുവഴി കട
ന്നുപോകുന്നുണ്ട്.."

ഈ സമയത്ത് പ്രധാനവഴിയിലൂടെ കടന്നുപോകുന്ന ഒരു കുതിര
വണ്ടിക്ക് പൊതുവേ ശ്രദ്ധ ആകർഷിക്കാതിരിക്കാൻ പറ്റില്ല. നഗരത്തി
ലെത്തുന്നതിനിടയിലുള്ള കുഴികൾ മറികടക്കാനുള്ള സാഹസത്തിന്
ആരെങ്കിലും തുനിഞ്ഞിറങ്ങാൻ സാദ്ധ്യതയുണ്ടോ? അങ്ങനെ
ചെയ്യുന്നതിൽ എന്തെങ്കിലും കാര്യം ഉണ്ടോ? അവരെല്ലാവരും ചെവി
യോർത്തു. രാത്രിയുടെ നിശ്ശബ്ദതയിൽ ചക്രങ്ങൾ ഉരുളുന്നത് വ്യക്തമായി
കേട്ടു. അവർ സാവധാനം അടുത്തടുത്തു വന്നു. ഒരു പരുക്കൻ ശബ്ദം
ചോദിക്കുന്നത് കേട്ടു.

"ശരി, അപ്പോൾ എവിടെയാണ്?"

ആരോ മറുപടി പറഞ്ഞു. "നിശ്ചയമായും ആ വീട് ആയിരിക്കും."

"ഞാൻ കൂടുതൽ മുന്നോട്ട് പോകില്ല."

"അവർ ഇങ്ങോട്ട് വരുന്നുണ്ട്." ക്യാപ്റ്റൻ വിളിച്ചുകൂവി.

"പൊലീസായിരിക്കും!" ആരോ പരിഭ്രമത്തോടെ രഹസ്യം പറഞ്ഞു.

"കുതിരവണ്ടിയിലോ! മണ്ടത്തരം പറയരുത്!" മാർട്യനോവ്
പതുക്കെ പറഞ്ഞു.

"കുവാൽഡാ എഴുന്നേറ്റ് വണ്ടിയുടെ അടുത്തേക്ക് ചെന്നു.

"ഇത് ഒരു വാടകവീടാണോ?' വിറയ്ക്കുന്ന ശബ്ദത്തിൽ ആരോ
ചോദിച്ചു.

"അതെ, അരിസ്റ്റിഡ് കുവാൽഡായുടെ വാടകവീടാണ്...." ക്യാപ്റ്റൻ
പരുഷമായി മറുപടി പറഞ്ഞു.

"ഓ! ടിറ്റോവ് എന്നൊരു പത്രലേഖകൻ ഇവിടെ താമസിക്കു
ന്നുണ്ടോ?"

"ഉണ്ട്..."

"ഓ! നിങ്ങൾ അയാളെ കൊണ്ടുവന്നിട്ടുണ്ടോ?"

"ഉണ്ട്..."

"ലഹരിയിലാണോ?"

"സുഖമില്ലാതെയാണ്."

"അതിന്റെ അർത്ഥം അയാൾ കുടിച്ച് പൂക്കുറ്റിയായെന്നാണ്. ഏയ്
സാറേ! എഴുന്നേറ്റോട്ടെ!"

"വരട്ടെ, ഞാൻ നിങ്ങളെ സഹായിക്കാം.... അയാൾക്ക് തീരെ സുഖ
മില്ല... കഴിഞ്ഞ രണ്ടുദിവസമായി അയാൾ എന്റെ കൂടെ ആയിരുന്നു...
അയാളെ കക്ഷത്തിലൂടെ കൈചുറ്റിപ്പിടിക്കണം.... അയാളെ ഡോക്ടർ
കണ്ടിരുന്നു.. അയാളുടെ സ്ഥിതി വളരെ മോശമാണ്."

ട്യാപ്പ എഴുന്നേറ്റ് വാതിലിനടുത്തേക്ക് നടന്നു. പക്ഷേ,
അബൈഡോക് ചിരിച്ചുകൊണ്ട് ഒരു കവിൾകൂടി കുടിച്ചു.

"അവിടെ ഒരു വിളക്ക് കൊളുത്തി വെക്കൂ ക്യാപ്റ്റൻ അലറി.

മെറ്റിയോർ വീട്ടിനുള്ളിലേക്ക് പോയി വിളക്കു കത്തിച്ചു. അപ്പോൾ വെളിച്ചത്തിന്റെ ഒരു നേരിയ രേഖ മുറ്റത്തേക്ക് ഒഴുകിയിറങ്ങി.

ക്യാപ്റ്റനും മറ്റൊരാളും കൂടി അദ്ധ്യാപകനെ വാടകവീടിനുള്ളി ലേക്ക് പിടിച്ചുകയറ്റി. അയാളുടെ തല നെഞ്ചത്തേക്ക് വീണു കിടന്നു. അയാളുടെ കാലുകൾ നിലത്തുകൂടി ഇഴഞ്ഞു. അയാളുടെ കൈകൾ ഒടിഞ്ഞതുപോലെ തൂങ്ങിക്കിടന്നു. ട്യാപ്പയുടെ സഹായത്തോടെ അവർ അയാളെ പലകയിൽ കിടത്തി. അയാളുടെ ശരീരം മൊത്തത്തിൽ വിറ യ്ക്കുന്നുണ്ടായിരുന്നു.

"ഞങ്ങൾ ഓരോ പത്രത്തിനുവേണ്ടിയാണ് ജോലിചെയ്യുന്നത്.... അയാൾ തീരെ ഭാഗ്യം ഇല്ലാത്തവനാണ്. എന്റെ വീട്ടിൽ താമസിക്കാ മെന്നും എനിക്ക് അതുകൊണ്ട് ബുദ്ധിമുട്ടില്ലെന്നും ഞാൻ അയാളോട് പറഞ്ഞതാണ്. പക്ഷേ, അയാളെ വീട്ടിൽ എത്തിക്കണമെന്ന് അയാൾ എന്നോട് യാചിച്ചു. അതുകൊണ്ട് അയാളുടെ അവസ്ഥ മെച്ചപ്പെടുമെന്ന് കരുതിയാണ് ഞാൻ അയാളെ ഇവിടെ കൊണ്ടുവന്നത്. അയാൾ പറഞ്ഞ വീട് ഇതുതന്നെ അല്ലേ?"

അദ്ധ്യാപകനെ കൊണ്ടുവന്ന സുഹൃത്തിനെ പരുഷമായി നോക്കി ക്കൊണ്ട് കുവാൽഡാ ചോദിച്ചു. "മറ്റെവിടെയെങ്കിലും അയാൾക്ക് ഒരു വീടുണ്ടെന്ന് നിങ്ങൾ വിചാരിക്കുന്നുണ്ടോ?" ട്യാപ്പയെ നോക്കിക്കൊണ്ട് കുവാൽഡാ പറഞ്ഞു. "ട്യാപ്പ, കുറച്ചു തണുത്തവെള്ളം കൊണ്ടുവരൂ."

"എന്നെക്കൊണ്ട് കൂടുതൽ പ്രയോജനം ഒന്നും ഇല്ലെന്ന് ഞാൻ വിചാ രിക്കുന്നു." കൂടെ വന്ന സുഹൃത്തിന് അല്പം ചിന്താക്കുഴപ്പം ഉണ്ടായിരു ന്നെങ്കിലും അയാൾ ശ്രദ്ധയോടെയാണ് സംസാരിച്ചത്. ക്യാപ്റ്റൻ വിമർശ നബുദ്ധിയോടെ അയാളെ നോക്കി. അയാളുടെ വേഷം സാമാന്യം തിളക്കം ഉള്ളതായിരുന്നു. കീഴ്ത്താടിവരെ അതിന്റെ ബട്ടണുകൾ ഇട്ടിരുന്നു. അയാ ളുടെ കാലുറകൾക്ക് തേയ്മാനം സംഭവിച്ചിരുന്നു. കാലപ്പഴക്കംകൊണ്ട് ഏറ ക്കുറെ മഞ്ഞനിറമായിമാറിയ അയാളുടെ തൊപ്പി അയാളുടെ മെലിഞ്ഞ അത്യാർത്തിയുള്ള മുഖംപോലെ ചുളിവുകൾ നിറഞ്ഞതായിരുന്നു.

"ഇല്ല, നിങ്ങളുടെ ആവശ്യം ഇല്ല! നിങ്ങളെപ്പോലെ ഉള്ളവർ ഇവി ടെത്തന്നെ ഞങ്ങൾക്ക് ധാരാളം ഉണ്ട്." തിരിഞ്ഞുനടന്നുകൊണ്ട് ക്യാപ്റ്റൻ പറഞ്ഞു.

"അപ്പോൾ, ഞാൻ പോകുന്നു." ആ മനുഷ്യൻ വാതിലിനടുത്തേക്ക് നടന്നു. അവിടെനിന്നുകൊണ്ട് അയാൾ പതുക്കെപ്പറഞ്ഞു. "എന്തെങ്കിലും സംഭവിക്കുയാണെങ്കിൽ.... പത്രം ഓഫീസിൽ വന്ന് എന്നെ അറിയിക്ക ണം... എന്റെ പേർ റിജോവ് എന്നാണ്. ഞാൻ ഒരുപക്ഷേ ഒരു ചരമക്കു റിപ്പ് എഴുതാൻ ഇടയുണ്ട്... അയാൾ ചുറുചുറുക്കുള്ള ഒരു പത്രപ്രവർത്ത കൻ ആയിരുന്നല്ലോ.."

"ഓ, ചരമക്കുറിപ്പിന്റെ കാര്യമല്ലേ നിങ്ങൾ പറഞ്ഞത്. ഇരുപത് വരി നാല്പത് കോപ്പക്ക്. ഞാൻ ഇതിലും കൂടുതൽ ചെയ്യാം. അയാൾ മരിക്കു മ്പോൾ ഒരു കാല് മുറിച്ചെടുത്ത് ഞാൻ നിങ്ങൾക്ക് കൊടുത്തുവിടാം.

അത് ഒരു ചരമക്കുറിപ്പിനേക്കാൾ ലാഭകരം ആയിരിക്കും. അത് നിങ്ങൾക്ക് മൂന്നു ദിവസത്തേക്ക് തികയും.... അയാളുടെ കാലുകൾക്ക് നല്ല വണ്ണം ഉണ്ട്. അയാൾ ജീവിച്ചിരുന്നപ്പോൾ നിങ്ങൾ അയാളെ പച്ചയ്ക്ക് വിഴുങ്ങി. അയാൾ മരിച്ചതിനുശേഷവും അത് നിങ്ങളെ തുടരാവുന്നതേ ഉള്ളൂ."

ആ മനുഷ്യൻ വെറുപ്പ് പ്രകടിപ്പിക്കാൻ മൂക്ക് ചുളിച്ചതിനുശേഷം അപ്രത്യക്ഷനായി. ക്യാപ്റ്റൻ അദ്ധ്യാപകന്റെ വശം ചേർന്ന് പലകയിൽ ഇരുന്നുകൊണ്ട് അയാളെ നെറ്റിയിലും നെഞ്ചിലും കൈകൊണ്ട് തൊട്ടു നോക്കിക്കൊണ്ട് വിളിച്ചു. "ഫിലിപ്പ്"

അയാളുടെ ശബ്ദം വാടകവീടിന്റെ അഴുക്കുപിടിച്ച ഭിത്തികളിൽ തട്ടി പ്രതിധ്വനിച്ചതിനു ശേഷം അപ്രത്യക്ഷമായി.

"ഇത് മോശമാണ്." അദ്ധ്യാപകന്റെ വൃത്തികെട്ട തലമുടി സാവ ധാനം ഒതുക്കിവെച്ചുകൊണ്ട് ക്യാപ്റ്റൻ പറഞ്ഞു. അതിനുശേഷം അതി വേഗത്തിൽ വ്യത്യാസം വന്നുകൊണ്ടിരിക്കുന്ന അയാളുടെ ശ്വാസം ക്യാപ്റ്റൻ ശ്രദ്ധയോടെ കേട്ടു. മരണത്തോടടുത്തു കൊണ്ടിരിക്കുന്ന അയാളുടെ ഇരുണ്ട മുഖത്തേക്ക് ക്യാപ്റ്റൻ നോക്കി. ദുഃഖത്തോടെ അയാളെ നോക്കിയിരുന്ന് ക്യാപ്റ്റൻ നെടുവീർപ്പിട്ടു... മോശം വിളക്കാ യിരുന്നു. ഇടവിട്ട് ആളിക്കത്തിക്കൊണ്ടിരുന്ന വിളക്കിന്റെ വെളിച്ചത്തിൽ വാടകവീടിന്റെ ഭിത്തികളിൽ ഇരുണ്ട നിഴലുകൾ നൃത്തം ചെയ്തു. ക്യാപ്റ്റൻ താടി ചൊറിഞ്ഞുകൊണ്ട് നിഴലുകളിൽ നോക്കി ഇരുന്നു. ട്യാപ്പ ഒരു ചരുവം വെള്ളവുമായി തിരിച്ചുവന്നു. അദ്ധ്യാപകന്റെ തലയ്ക്കൽ വെള്ളം വെച്ചിട്ട് അയാളെ ഉയർത്തി ഇരുത്താൻ ശ്രമിച്ചുകൊണ്ട് കൈത്ത ണ്ടയിൽപിടിച്ചു.

"വെള്ളത്തിന്റെ ആവശ്യമില്ല." ക്യാപ്റ്റൻ തല കുലുക്കി.

"പക്ഷേ, നമുക്ക് അയാളെ എഴുന്നേല്പിക്കാൻ ശ്രമിക്കണം." വൃദ്ധ നായ ചവറുവാരി പറഞ്ഞു.

"ഒന്നിന്റെയും ആവശ്യമില്ല." ക്യാപ്റ്റൻ സംശയം ഇല്ലാത്തമട്ടിൽ ഉറപ്പിച്ച് പറഞ്ഞു.

അവർ അദ്ധ്യാപകനെ നോക്കിക്കൊണ്ട് നിശ്ശബ്ദരായി ഇരുന്നു.

"നമുക്ക് പോയി കുടിക്കാം." അല്പംകഴിഞ്ഞ് കുവാൽഡാ പറഞ്ഞു.

"പക്ഷേ, ഇയാൾ?" ട്യാപ്പ ചോദിച്ചു.

"നിങ്ങൾക്ക് അയാളെ രക്ഷിക്കാൻ കഴിയുമോ?" ട്യാപ്പ അദ്ധ്യാപ കന്റെ അടുത്തുനിന്നും മാറിനിന്നു. രണ്ടുപേരും മുറ്റത്ത് കൂട്ടുകാരുടെ അടുത്തെത്താൻ വേണ്ടി പുറത്തുപോയി.

"അയാൾക്ക് എന്തുപറ്റി?" അമിത താല്പര്യത്തോടെ അബെഡോക് കിഴവനോടു ചോദിച്ചു. ഉറക്കത്തിലായവരുടെ കൂർക്കംവലിയും വോഡ്ക ഒഴിക്കുന്നതിന്റെ ചിലമ്പലും കേട്ടു. ശെമ്മാച്ചൻ എന്തൊക്കെയോ മുറു മുറുക്കുന്നുണ്ടായിരുന്നു. താഴോട്ട് ഒഴുകിവന്ന മേഘക്കീറുകൾ വീടിന്റെ മേല്ക്കുരയിൽ ഇടിച്ച് ആൾക്കൂട്ടത്തിനു മുകളിലേക്ക് മേല്ക്കൂര മറിച്ചി ടുമെന്ന് തോന്നി.

"ഹോ! കൂടെയുള്ള ആരെങ്കിലും മരിക്കുകയാണെങ്കിൽ ആർക്കും വിഷമം തോന്നും." തലകുനിച്ചിരുന്ന് ക്യാപ്റ്റൻ വിക്കിവിക്കിപ്പറഞ്ഞു. ആരും അയാൾക്ക് മറുപടി പറഞ്ഞില്ല.

"നിങ്ങളിൽ ഏറ്റവും മെച്ചം അയാൾ ആയിരുന്നു.... ഏറ്റവും ബുദ്ധി മാൻ... ഏറ്റവും ബഹുമാനം തോന്നുന്നവൻ... ഞാൻ അയാൾക്കുവേണ്ടി കരയുന്നു."

"എടാ കൂനാ" പാടടാ കുരുത്തംകെട്ടവനേ... 'വിശുദ്ധർക്കൊപ്പം വിശ്ര മിക്കട്ടെ," പാടാം. കൂട്ടുകാരന്റെ വാരിയെല്ലിൽ കുത്തിക്കൊണ്ട് ശെമ്മാ ച്ചൻ വിളിച്ചുകൂവി.

"മിണ്ടരുത്!"പകയോടെ ചാടി എഴുന്നേറ്റു നിന്നുകൊണ്ട് അബൈഡോക് അലറി.

"ഞാൻ അവന്റെ തലയ്ക്കിട്ട് ഒന്നുകൊടുക്കാം." നിലത്തുനിന്ന് തല ഉയർത്തിക്കൊണ്ട് മാർട്യനോവ് ഒരു നിർദ്ദേശം വെച്ചു.

"നിങ്ങൾ ഉറങ്ങിയില്ലേ?" അരിസ്റ്റിഡ് ഫോമിച്ച് അയാളോട് ശബ്ദം താഴ്ത്തി ചോദിച്ചു. "നമ്മുടെ അദ്ധ്യാപകന്റെ കാര്യം അറിഞ്ഞില്ലേ?" മാർട്യനോവ് നിലത്തുനിന്നും മടിയോടെ എഴുന്നേറ്റിരുന്ന് വാതിലിലൂടെ പുറത്തേക്ക് വന്നിരുന്ന നേരിയ വെളിച്ചത്തിലേക്കു നോക്കി തലകുലു ക്കിയതിനു ശേഷം നിശ്ശബ്ദനായി ക്യാപ്റ്റന്റെ അടുത്തുവന്നിരുന്നു.

"പ്രത്യേകിച്ച് ഒന്നുമില്ല... അയാൾ മരിച്ചുകൊണ്ടിരിക്കുകയാണ്...." ക്യാപ്റ്റൻ അല്പസമയം കഴിഞ്ഞ് സൂചന നല്കി.

"ആരെങ്കിലും അയാളെ അടിച്ചതാണോ?" അതീവ താല്പര്യത്തോടെ അബൈഡോക് ചോദിച്ചു. ക്യാപ്റ്റൻ മറുപടി പറഞ്ഞില്ല. അപ്പോൾ അയാൾ വോഡ്ക കുടിക്കുകയായിരുന്നു. "അയാളുടെ മരണശേഷം അയാ ളുടെ സ്മരണ നിലനിർത്താൻ വേണ്ടി നമുക്ക് എന്തെങ്കിലും പരിപാടി കൾ കാണുമെന്ന് അവർ മനസ്സിലാക്കിയിട്ടുണ്ടാവും!"ഒരു സിഗരറ്റ് കത്തി ച്ചുകൊണ്ട് അബൈഡോക് സംസാരം തുടർന്നു. ആരൊക്കെയോ ചിരി ച്ചു. ആരൊക്കെയോ നെടുവീർപ്പിട്ടു. സാധാരണഗതിയിൽ അബൈ ഡോക്കും ക്യാപ്റ്റനും തമ്മിലുള്ള സംസാരത്തിൽ അവർക്ക് താല്പര്യം ഉണ്ടാവാറില്ല. അതിനെപ്പറ്റി ആലോചിക്കാൻപോലും അവർക്ക് വെറുപ്പാ ണ്. അവർക്ക് അദ്ധ്യാപകൻ എന്നും ഒരു അസാധാരണ മനുഷ്യനാണെന്ന് തോന്നിയിരുന്നു. പക്ഷേ, ഇപ്പോൾ അവരിൽ പലരും ലഹരിയിലായിരു ന്നു. ബാക്കിയുള്ളവർ ദുഃഖിച്ച് മിണ്ടാതിരുന്നു. ശെമ്മാച്ചൻ മാത്രം പെട്ടെന്ന് എഴുന്നേറ്റുനിന്ന് ഉറക്കെ നിലവിളിച്ചു.

"വിശ്രമത്തിന് നീതിമാനായ...!"

"എടാ മണ്ടാ!" അബൈകഡോക് ചീറി "നീ എന്തിനാണ് വിളിച്ചു കൂവുന്നത്?"

"മരമണ്ടൻ" ട്യാപ്പയുടെ പരുക്കൻ ശബ്ദം പറഞ്ഞു. "ഒരു മനുഷ്യൻ മരിച്ചുകൊണ്ടിരിക്കുമ്പോൾ അയാൾക്ക് സമാധാനം കിട്ടാൻവേണ്ടി.... ഒരു വൻ നിശ്ചയമായും നിശ്ശബ്ദനായിരിക്കണം."

ഒരിക്കൽക്കൂടി നിശ്ശബ്ദത നിലവിൽ വന്നു. കാർമേഘങ്ങൾ നിറഞ്ഞ ആകാശത്ത് ഇടിമുഴക്കത്തിന്റെ ഭീഷണി ഉയർന്നു. ശരത്ക്കാലരാത്രി യുടെ കൂരിരുട്ടുകൊണ്ട് ഭൂമി മൂടപ്പെട്ടിരുന്നു.

"നമുക്ക് കുടി തുടരാം!" ഗ്ലാസുകൾ നിറച്ചുകൊണ്ട് കുവാൽഡാ പറഞ്ഞു.

"ഞാൻ പോയി അയാൾക്ക് എന്തെങ്കിലും ആവശ്യം ഉണ്ടോ എന്ന് നോക്കാം." ട്യാപ്പ പറഞ്ഞു.

"അയാൾക്ക് ഒരു ശവപ്പെട്ടി വേണം!" ക്യാപ്റ്റൻ പരിഹസിച്ചു.

"അതിനെപ്പറ്റി പറയരുത്" അബൈഡോക് ശബ്ദം താഴ്ത്തി യാചിച്ചു.

മിറ്റിയോർ എഴുന്നേറ്റ് ട്യാപ്പയുടെ പുറകേപോയി. ശെമ്മാച്ചൻ എഴു ന്നേല്ക്കാൻ ശ്രമിച്ചു. പക്ഷേ, മറിഞ്ഞു താഴെവീണ് അവിടെക്കിടന്ന് ഉറക്കെ ചീത്തവിളിച്ചു.

ട്യാപ്പ പോയി കഴിഞ്ഞപ്പോൾ ക്യാപ്റ്റൻ മാർട്യനോവിന്റെ തോളത്ത് തട്ടിക്കൊണ്ട് പതുക്കെ ചോദിച്ചു.

"ശരി, മാർട്യനോവ്... നിങ്ങൾക്ക് നിശ്ചയമായും മറ്റുള്ളവരേക്കാൾ വേദന തോന്നുന്നുണ്ടാകും. ....നിങ്ങൾ ആയിരുന്നു... അതു കാര്യമാക്കേ ണ്ട... നിങ്ങൾക്ക് ഫിലിപ്പിന്റെ കാര്യത്തിൽ വിഷമം ഇല്ലേ?"

"ഇല്ല." പഴയ ജെയിലർ ശാന്തമായി പറഞ്ഞു. "എനിക്ക് ഇതുപോ ലുള്ള കാര്യങ്ങളിൽ വിഷമം ഇല്ല.. ഞാൻ കൂടുതൽ കാര്യങ്ങൾ മനസ്സി ലാക്കിയിട്ടുണ്ട്.... എന്തായാലും ഈ ജീവിതം വെറുപ്പുണ്ടാക്കുന്നതാണ്. എനിക്ക് ആരെ എങ്കിലും കൊല്ലാൻ ഇഷ്ടമാണെന്ന് ഞാൻ പറയുമ്പോൾ ഞാൻ അതു കാര്യമായിട്ടാണ് പറയുന്നത്."

"ആണോ?" ക്യാപ്റ്റൻ അവ്യക്തമായി പറഞ്ഞു. "ശരി... നമുക്ക് ഒരു ഗ്ലാസ് കൂടി കുടിക്കാം.... അത് നമുക്ക് ഒരു വലിയ ജോലി അല്ല. ... കുറച്ചു കൂടി കുടിക്കാം. അതിനുശേഷം നമുക്ക് കൊല്ലാം."

മറ്റുള്ളവർ ഉണരാൻ തുടങ്ങി. സിംസോവ് ലഹരിയുടെ നിർവൃതി യിൽ വിളിച്ചുകൂവി. "സഹോദരന്മാരേ! ആരെങ്കിലും ഈ കിഴവന് ഒരു ഗ്ലാസ് ഒഴിച്ചുതരണേ!"

അവർ ഒരു ഗ്ലാസ് ഒഴിച്ച് അയാൾക്ക് കൊടുത്തു. അത് കുടിച്ചുകഴി ഞ്ഞ് മറ്റൊരാളെ ഇടിച്ചുതെറിപ്പിച്ചുകൊണ്ട് അയാൾ നിലത്തേക്ക് മറി ഞ്ഞുവീണു. രണ്ടു മൂന്നു മിനിറ്റ് നേരത്തേക്ക് ശരത്ക്കാലരാത്രിയുടെ ഇരുട്ടുപോലുള്ള നിശ്ശബ്ദത തുടർന്നു.

"നിങ്ങൾ എന്താണ് പറഞ്ഞത്?"

"അയാൾ ഒരു നല്ല മനുഷ്യൻ ആയിരുന്നെന്നാണ് ഞാൻ പറഞ്ഞ ത്... ഒരുപാട് സംസാരിക്കാത്ത ഒരു നല്ല മനുഷ്യൻ" ആരോ ശബ്ദം താഴ്ത്തി പറഞ്ഞു.

"ശരിയാണ് അയാൾക്ക് പണവും ഉണ്ടായിരുന്നു... അയാൾ ഒരി ക്കലും ഒരു ചങ്ങാതിയോട് ഇല്ല എന്ന് പറഞ്ഞിട്ടില്ല." വീണ്ടും നിശ്ശബ്ദത തുടർന്നു.

"അയാൾ മരിക്കുകയാണ്!" ക്യാപ്റ്റന്റെ പിന്നിൽനിന്നും ട്യാപ്പ പരു ക്കൻമട്ടിൽ പറഞ്ഞു. അരിസ്റ്റിഡ് ഫോമിച്ച് എഴുന്നേറ്റ് ഉറച്ച ചുവടു കൾവെച്ച് വാടകവീട്ടിലേക്ക് നടന്നു.

"പോകരുത്!" ട്യാപ്പ അയാളെ തടഞ്ഞു നിര്‍ത്തി. "പോകരുത്! നിങ്ങള്‍ കുടിച്ചിരിക്കുകയാണ്! അതു ശരിയല്ല." ക്യാപ്റ്റന്‍ നടത്തം നിര്‍ത്തി ആലോചിച്ചുകൊണ്ടുനിന്നു.

"ഈ ഭൂമിയില്‍ എന്താണ് ശരിയായിട്ടുള്ളത്. പോകാന്‍ പറ..." അയാള്‍ ട്യാപ്പയെ ഒരുവശത്തേക്ക് തള്ളിമാറ്റി.

വാടകവീടിന്റെ ഭിത്തികളില്‍ പരസ്പരം മത്സരിച്ച് പിന്തുടരുന്നതു പോലെ നിഴലുകള്‍ ഇഴഞ്ഞുകയറുന്നുണ്ടായിരുന്നു. അദ്ധ്യാപകന്‍ പല കയുടെ മുകളില്‍ മലര്‍ന്നുകിടന്ന് കൂര്‍ക്കംവലിച്ചു. അയാളുടെ കണ്ണു കള്‍ മലര്‍ക്കെ തുറന്നിരുന്നു. അയാളുടെ നഗ്നമായ മാറിടം അതിശക്ത മായി ഉയര്‍ന്നുതാണു. അയാളുടെ ചുണ്ടിന്റെ ഓരങ്ങളില്‍ നുരയും പതയും പറ്റിപ്പിടിച്ചിരുന്നു. അയാളുടെ മുഖഭാവം വളരെ പ്രധാനപ്പെട്ട ചിലതൊക്കെ പറയാന്‍ ആഗ്രഹിച്ചിട്ട് പുറത്തുപറയാന്‍ പറ്റാത്തതിന്റെ ബുദ്ധിമുട്ട് അയാള്‍ അനുഭവിക്കുന്നതുപോലെ ആയിരുന്നു. ക്യാപ്റ്റന്‍ കൈകള്‍ പിന്നില്‍ കെട്ടി നിശ്ശബ്ദനായി അയാളെ നോക്കിക്കൊണ്ടുനി ന്നു. പിന്നീട് നിസ്സാരഭാവത്തില്‍ അയാള്‍ തുടങ്ങി.

"ഫിലിപ്പ്! എന്നോട് എന്തെങ്കിലും പറയൂ... ഒരു ചങ്ങാതിയുടെ സമാ ധാനത്തിനുവേണ്ടി എന്തെങ്കിലും... എനിക്ക് നിങ്ങളെ ഇഷ്ടമാണ്! .... എല്ലാ വരും മൃഗങ്ങളാണ്.... എന്റെ നോട്ടത്തില്‍ ഒരേ ഒരു മനുഷ്യന്‍ നിങ്ങള്‍ മാത്രം ആയിരുന്നു... നിങ്ങള്‍ ഒരു കുടിയനായിട്ടു കൂടി..... ഹാ! ഫിലിപ്പ്! നിങ്ങള്‍ എന്തിനാണ് വോഡ്ക കുടിച്ചത്! നിങ്ങളുടെ നാശം അതായി രുന്നു! നിങ്ങള്‍ ഞാന്‍ പറയുന്നതുകേട്ട് സ്വയം നിയന്ത്രിക്കണമായിരു ന്നു... ഞാന്‍ ഒരിക്കല്‍ നിങ്ങളോട് പറഞ്ഞിരുന്നില്ലേ...?"

മരണം എന്ന നിഗൂഢതകള്‍ നിറഞ്ഞ വിനാശകാരിയായ വിളവെ ടുപ്പുകാരന് വിധി അനുസരിച്ചുള്ള ഈ ഇരുണ്ട പോരാട്ടത്തില്‍ ഒരു കുടിയന്റെ സാന്നിദ്ധ്യം അയാളെ പരിഹസിക്കാനുദ്ദേശിച്ചുള്ളതാണെന്ന് തോന്നിയ തുകൊണ്ടായിരിക്കാം, അയാള്‍ തന്റെ ഭയാനകമായ ജോലി വേഗത്തില്‍ ചെയ്തു തീര്‍ക്കാന്‍ തീരുമാനിച്ചത്. എന്തോ ഓര്‍ത്തതുപോലെ അദ്ധ്യാ പകന്‍ ആഴത്തില്‍ നെടുവീര്‍പ്പിട്ടു. നിവര്‍ന്നുകിടന്നിരുന്ന അയാളുടെ ശരീരം മൊത്തത്തില്‍ വിറച്ചു. അയാള്‍ മരിച്ചു. ക്യാപ്റ്റന്‍ മുന്നോട്ടും പിന്നോട്ടും ആടുന്നതിനിടയില്‍ അയാളോടുള്ള സംസാരം തുടര്‍ന്നുകൊണ്ടിരുന്നു.

"ഞാന്‍ നിങ്ങള്‍ക്ക് വോഡ്ക കൊണ്ടുവരട്ടോ? പക്ഷേ, ഫിലിപ്പ്, നിങ്ങള്‍ കുടിക്കാതിരിക്കുന്നതാണ് കൂടുതല്‍ നല്ലത്... സ്വയം നിയന്ത്രി ക്കണം. അല്ലാത്ത പക്ഷം കുടിക്കണം. സത്യത്തില്‍ എന്തിനാണ് നിങ്ങള്‍ സ്വയം നിയന്ത്രിക്കുന്നത്? എന്തെങ്കിലും കാരണം ഉണ്ടോ?"

ക്യാപ്റ്റന്‍ അയാളുടെ കാലില്‍ പിടിച്ച് തന്റെ അടുത്തേക്ക് വലിച്ച ടുപ്പിച്ചു.

"ഫിലിപ്പ് നിങ്ങള്‍ ഉറങ്ങുകയാണോ?.... ശരി.... അപ്പോള്‍ ഉറങ്ങി ക്കോളൂ... നാളെ ഇതെല്ലാം ഞാന്‍ നിങ്ങളോട് വിശദമായി പറയാം... ഒന്നും സ്വയം വേണ്ടെന്നുവെക്കേണ്ട കാര്യമില്ലെന്ന് നിങ്ങള്‍ക്ക് മനസ്സി ലാകും... പക്ഷേ, ഇപ്പോള്‍ ഉറങ്ങിക്കോളൂ.. നിങ്ങള്‍ മരിച്ചിട്ടില്ലെങ്കില്‍...."

അയാൾ ആഴമുള്ള നിശ്ശബ്ദതയിലായിരുന്ന കൂട്ടുകാരുടെ അടു
ത്തേക്ക് ചെന്ന് അവരോട് പറഞ്ഞു.

"അയാൾ മരിച്ചതാണോ ഉറങ്ങുകയാണോ എന്ന് എനിക്ക് മനസ്സി
ലായില്ല... ഞാൻ കുടിച്ചത് അല്പം കൂടിപ്പോയി..."

ട്യാപ്പ പതിവിലും കൂടുതൽ കുനിഞ്ഞ് ബഹുമാനത്തോടെ സ്വയം
കുരിശുവരച്ചു. മാർട്യനോവ് നിലത്ത് മറിഞ്ഞുവീണ് അവിടെത്തന്നെ കിട
ന്നു. അബൈഡോക് പതുക്കെ എഴുന്നേറ്റിരുന്ന് യാതൊരു ദയയും
ഇല്ലാതെ പറഞ്ഞു.

"നിനക്കെല്ലാം പോയി ചത്തുകൂടെ! മരിച്ചു? അതിനെന്താണ്? ഞാൻ
എന്തിനാണ് അതൊക്കെ ശ്രദ്ധിക്കുന്നത്? ഞാൻ എന്തിനാണ് അതിനെ
പറ്റി സംസാരിക്കുന്നത്? ഇതിപ്പോൾ ഞാനും മരിക്കാനുള്ള സമയം ആയി
ക്കാണും... ഞാൻ മറ്റുള്ളവരെക്കാൾ മോശപ്പെട്ടവനല്ല."

"അത് സത്യമാണ്." ഉറക്കെ പറഞ്ഞുകൊണ്ട് ക്യാപ്റ്റൻ നിലത്തു
വീണു. "മറ്റുള്ളവരെപ്പോലെ നമ്മളും മരിക്കുന്ന ഒരു സമയം വരും...
നമ്മൾ എങ്ങനെ ജീവിക്കണം?... അതിൽ കാര്യമില്ല. പക്ഷേ, മറ്റ് എല്ലാ
വരേയും പോലെ നമ്മൾ മരിക്കും. ജീവിതത്തിന്റെ അവസാനം ഇതുത
ന്നെയാണ്. ആ കാര്യത്തിൽ നിങ്ങൾക്ക് എന്നെ വിശ്വസിക്കാം. ഒരു മനു
ഷ്യൻ ജീവിക്കുന്നത് മരിക്കാൻ വേണ്ടി മാത്രം ആണ്. അയാൾ മരിക്കു
ന്നു... ഇതാണ് സംഭവിക്കാൻ പോകുന്നതെങ്കിൽ അയാൾ എങ്ങനെ എവി
ടെവെച്ച് മരിച്ചെന്നും എങ്ങനെ ജീവിച്ചെന്നും പറയുന്നതിൽ എന്ത് കാര്യ
മാണ് ഉള്ളത്? മാർട്യനോവ്, ഞാൻ പറയുന്നത് ശരിയല്ലേ? അതുകൊണ്ട്
ഇപ്പോൾ നമുക്ക് ജീവനുള്ളപ്പോൾ.... നമുക്ക് കുടിക്കാം!"

മഴ പെയ്യാൻ തുടങ്ങി. പകുതി ഉറക്കത്തിലും പകുതി ലഹരിയിലു
മായി നിലത്ത് ചിതറിക്കിടന്ന രൂപങ്ങൾ ഇരുട്ടിലായിരുന്നു. വാടകവീടിന്റെ
ജനാലകളിലെ വെളിച്ചം മിന്നിത്തിളങ്ങി, വിളറി, പിന്നീട് പെട്ടെന്ന് അപ്ര
ത്യക്ഷമായി. ഒരുപക്ഷേ, കാറ്റ് അതിനെ ഊതിക്കെടുത്തിരിക്കാം, അല്ലെ
ങ്കിൽ എണ്ണ തീർന്നിട്ടുണ്ടാവാം. വാടകവീടിന്റെ തകരമേല്ക്കുരയിൽ മഴ
ത്തുള്ളികളുടെ ശബ്ദം അസാധാരണമായിരുന്നു. കുന്നിന്റെ മുകളിലെ
നഗരത്തിൽനിന്നും പള്ളിയിലെ കാവൽക്കാർ മുഴക്കുന്ന മണിമുഴക്കങ്ങൾ
കേൾക്കുന്നുണ്ടായിരുന്നു. മണിഗോപുരത്തിൽനിന്നും വരുന്ന ഒട്ടുമണിയുടെ
മുഴക്കം ഇരുട്ടിലേക്ക് തുളച്ചിറങ്ങി സാവധാനം അപ്രത്യക്ഷപ്പെട്ടു. അതിന്റെ
ധ്വനി അവ്യക്തമായി അവസാനിക്കുന്നതിനുമുമ്പ് വിഷാദം തുളുമ്പുന്ന
അടുത്ത മണിമുഴക്കം വിരസമായ നിശ്ശബ്ദതയെ വീണ്ടും കീറിമുറിച്ചു.

അടുത്തദിവസം രാവിലെ ആദ്യം ഉണർന്നത് ട്യാപ്പ ആയിരുന്നു.
അയാൾ മലർന്നുകിടന്ന് ആകാശത്തേക്ക് നോക്കി. തലയ്ക്കുമുകളിലുള്ള
ആകാശം കാണാൻ അയാളുടെ വികൃതമാക്കപ്പെട്ട കഴുത്ത് അയാളെ
അനുവദിച്ചിരുന്നത് ഇതുപോലെ മലർന്നുകിടക്കുമ്പോൾ മാത്രമായിരുന്നു.

രാവിലെ ആകാശത്തിന്റെ നിറം നരച്ചതായിരുന്നു. സൂര്യന് പിന്നിലെ
അറിയപ്പെടാത്ത വിശാലതയെ ഒളിച്ചുവെച്ച ഭൂമിയുടെ മുകളിലേക്ക്

വിഷാദം കോരിയൊഴിച്ചുകൊണ്ട് പുലരിയുടെ നനവുള്ള തണുത്ത മൂടൽ മഞ്ഞ് ആകാശത്ത് തൂങ്ങിനിന്നിരുന്നു. ട്യാപ്പ കുരിശ് വരച്ച് കൈകുത്തി എഴുന്നേറ്റിരുന്ന്. വോഡ്ക ബാക്കിയുണ്ടോ എന്ന് ചുറ്റുപാടും നോക്കി. കുപ്പി അവിടെ ഉണ്ടായിരുന്നു. പക്ഷേ, അത് ഒഴിഞ്ഞതായിരുന്നു. അയാൾ കൂട്ടുകാരുടെ മുകളിൽ കൂടി അവർ കുടിച്ചിരുന്ന ഗ്ലാസുകളിലേക്ക് നോക്കി. ഒരെണ്ണം ഏറക്കുറെ നിറഞ്ഞിരിക്കുന്നത് അയാൾ കണ്ടു. അയാൾ അത് കാലിയാക്കി. കുപ്പായക്കൈകൊണ്ട് ചുണ്ടു തുടച്ചതിനുശേഷം അയാൾ ക്യാപ്റ്റനെ കുലുക്കിവിളിക്കാൻ തുടങ്ങി.

ക്യാപ്റ്റൻ തല പൊക്കി അയാളുടെ മുഖത്തേക്ക് ശോചനീയമായി നോക്കി.

"നമുക്ക് പൊലീസിനെ അറിയിക്കണം... എഴുന്നേറ്റ് വരൂ."

"എന്ത് കാര്യം?" ഉറക്കപ്പിച്ചിൽ ദേഷ്യപ്പെട്ടുകൊണ്ട് ക്യാപ്റ്റൻ ചോദിച്ചു.

"കാര്യം എന്താണെന്നോ? അയാൾ മരിച്ചില്ലേ?"

"ആര്?"

"നമ്മുടെ പണ്ഡിതൻ.."

"ഫിലിപ്പ്? ശരിയാണ്!"

"നിങ്ങൾ മറന്നുപോയോ?.... കഷ്ടംതന്നെ." ട്യാപ്പ പരുഷമായി പറ ഞ്ഞു. ക്യാപ്റ്റൻ എഴുന്നേറ്റ് നിന്ന് കോട്ടുവാ ഇട്ടതിനുശേഷം മൂരി നിവർന്നു.

"അപ്പോൾ പോയി വിവരം പറയൂ..."

"ഞാൻ പോകില്ല.... എനിക്ക് അവരെ ഇഷ്ടമല്ല. ക്യാപ്റ്റൻ വെറു പ്പോടെ പറഞ്ഞു

"ശരി, അപ്പോൾ ശെമ്മാച്ചനെ വിളിച്ചുണർത്തു.... എന്തായാലും ഞാൻ പോകാം."

"ശരി! ശെമ്മാച്ചാ.. എഴുന്നേറ്റ് വരൂ.."

ക്യാപ്റ്റൻ വീട്ടിനുള്ളിൽ കടന്ന് അദ്ധ്യാപകന്റെ കാല്ക്കൽ ചെന്ന് നിന്നു. മരിച്ച മനുഷ്യൻ ഇടതുകൈ നെഞ്ചത്തുവെച്ചിരുന്നു. ആരെയോ അടിക്കാൻ പോകുന്നതുപോലെ വലതുകൈ നീട്ടിപ്പിടിച്ചുകൊണ്ട് അയാൾ നീണ്ടുനിവർന്നു കിടന്നു.

ഇപ്പോൾ അദ്ധ്യാപകൻ എഴുന്നേറ്റ് വന്നാൽ അയാൾക്ക് 'പാൽടാരാ ടരസിന്റെ പൊക്കം ഉണ്ടാവുമെന്ന് ക്യാപ്റ്റൻ ആലോചിച്ചു. പിന്നീട് കഴിഞ്ഞ മൂന്നുവർഷം അവർ ഒന്നിച്ച് ജീവിച്ച കാര്യം ഓർത്ത് നെടുവീർപ്പി ട്ടുകൊണ്ട് അയാൾ മൃതദേഹത്തിന്റെ അടുത്തുപോയിരുന്നു. ട്യാപ്പ ഇടി ക്കാൻ തയ്യാറെടുക്കുന്ന ആടിനെപ്പോലെ തല കുനിച്ചു പിടിച്ചുകൊണ്ട് കടന്നുവന്നു.

അയാൾ ഒന്നുംമിണ്ടാതെ ശവശരീരത്തിന്റെ എതിർവശത്തുപോയി രുന്ന് കരുവാളിച്ച നിശ്ശബ്ദമായ മുഖത്തുനോക്കി ഏങ്ങലടിക്കാൻ തുടങ്ങി.

"അങ്ങനെ... അയാൾ മരിച്ചു.... ഞാനും ഉടൻതന്നെ മരിക്കും..."

"അതിനുള്ള സമയം ആയിട്ടുണ്ട്.," ക്യാപ്റ്റൻ അവ്യക്തമായി പറഞ്ഞു.

"ശരിയാണ്." ട്യാപ്പ സമ്മതിച്ചു. "ആർക്കായാലും മരിച്ചേ പറ്റൂ... എന്തായാലും ഇതിനേക്കാൾ നല്ലതാണ്."

"ഒരുപക്ഷേ മരണം ഇതിലും മോശമായിരിക്കും. നിങ്ങൾക്ക് എങ്ങനെ മനസ്സിലാക്കാൻ കഴിയും?"

"ഇതിലും മോശമായിരിക്കില്ല. മരിക്കുമ്പോൾ നിങ്ങൾക്ക് ഈശ്വര നോടു മാത്രം ഇടപെട്ടാൽ മതി. ഇവിടെ നിങ്ങൾക്ക് മനുഷ്യരുമായി ഇട പെടണം.... മനുഷ്യരെപ്പറ്റി എന്തുപറയാൻ?"

"മതി! .... മിണ്ടാതിരിക്കൂ!" കുവാൽഡാ ദേഷ്യത്തോടെ ഇടയ്ക്കു കയറി പറഞ്ഞു.

രാവിലെ വാടകവീട്ടിനുള്ളിൽ ഒരു നിഗൂഢമായ നിശ്ശബ്ദത പരന്നി രുന്നു. അവർ രണ്ടുപേരും വളരെ സമയം മരിച്ച കൂട്ടുകാരന്റെ മുഖത്തേക്ക് ഇടയ്ക്കിടയ്ക്ക് നോക്കിക്കൊണ്ട് അയാളുടെ കാല്ക്കൽ ആലോചനയിൽ മുഴുകി നിശ്ശബ്ദരായിരുന്നു. കുറച്ച് സമയം കഴിഞ്ഞ് ട്യാപ്പ ചോദിച്ചു.

"നിങ്ങൾ അയാളെ മറവു ചെയ്യുമോ?"

"ഞാനോ? ഇല്ല, പൊലീസ് അയാളെ മറവു ചെയ്യട്ടെ?"

"നിങ്ങൾ അയാൾ എഴുതിയ ഹർജിക്ക് വിവിലോവിന്റെ കൈയിൽ നിന്നും പണം വാങ്ങിയിരുന്നു..... അതുകൊണ്ട് തികയുന്നില്ലെങ്കിൽ കുറച്ച് ഞാനും തരാം..."

"ആ പണം എന്റെ കൈയിൽ ഉണ്ടെങ്കിലും.... ഞാൻ അയാളെ മറവു ചെയ്യാൻ പോകുന്നില്ല."

"അതു ശരിയല്ല. നിങ്ങൾ മരിച്ചവനെ കൊള്ളയടിക്കുകയാണ്. അയാ ളുടെ പണം നിങ്ങൾ എടുത്തെന്ന് ഞാൻ എല്ലാവരോടും പറയും."

ട്യാപ്പ ക്യാപ്റ്റിനെ ഭീഷണിപ്പെടുത്തി.

"നിങ്ങൾ ഒരു മണ്ടനാണ് കിഴവാ!" കുവാൽഡാ വെറുപ്പോടെ പറഞ്ഞു.

"ഞാൻ മണ്ടനല്ല... പക്ഷേ, ഇതു ശരിയല്ല. കൂട്ടുകാർക്ക് ചേർന്നതല്ല."

"മതി! സ്ഥലം വിട്!"

"എത്ര കിട്ടി?"

"ഇരുപത്തഞ്ച് റൂബിൾ" ഒന്നും ആലോചിക്കാതെ കുവാൽഡാ പറഞ്ഞു.

"അതായത്... അഞ്ച് റൂബിളിന്റെ ഒരു നോട്ട് നിങ്ങൾക്ക് ലാഭം കിട്ടും..."

"കിഴവൻ... തെമ്മാടി..." ട്യാപ്പയുടെ മുഖത്തു നോക്കിക്കൊണ്ട് ക്യാപ്റ്റൻ ചീത്തവിളിച്ചു.

"ശരി. തരുന്നോ അതോ..."

"നീ ഏത് നരകത്തിൽ വേണമെങ്കിലും പോയി പറഞ്ഞോളൂ!" ഞാൻ ഈ പണം അയാൾക്ക് ഒരു സ്മാരകം നാട്ടാനാണ് ചെലവാക്കാൻ പോകുന്നത്. ഞാൻ ഒരു സ്മാരകശിലയും നങ്കൂരവും വാങ്ങും. കല്ല് പുല്ലിൽ നാട്ടിയിട്ട് ഞാൻ നങ്കൂരം നല്ല കനമുള്ള ചങ്ങലകൊണ്ട് കെട്ടിനിർത്തും."

"എന്തിന്? നിങ്ങൾ വേല ഇറക്കുകയാണ്..."

"ആണെങ്കിൽ ആണ്... എന്തായാലും നിങ്ങൾക്ക് ഇതിൽ യാതൊരു കാര്യവും ഇല്ല."

"ഞാൻ ഇത് പറഞ്ഞുകൊടുക്കും.." ട്യാപ്പ വീണ്ടും ഭീഷണി ഉയർത്തി.

അരിസ്റ്റിഡ് ഫോമിച്ച് കുവാൽഡാ ഒന്നും സംസാരിക്കാതിരിക്കാതെ വെറുപ്പോടെ അയാളെ നോക്കി. വീണ്ടും അവർ അവിടെ നിശ്ശബ്ദരായി ഇരുന്നു. ശവത്തിന്റെ സാന്നിദ്ധ്യത്തിലുള്ള അവരുടെ നിശ്ശബ്ദതയ്ക്ക് നിഗൂ ഢമായ അർത്ഥങ്ങൾ ഉണ്ടായിരുന്നു.

"ശ്രദ്ധിച്ചു കേൾക്കൂ... അവർ വരുന്നുണ്ട്!" ട്യാപ്പ എഴുന്നേറ്റ് വീട്ടിൽ നിന്നും പുറത്തേക്കു പോയി.

അതിനുശേഷം ഡോക്ടറും അവിടുത്തെ പൊലീസ് ഇൻസ്പെ ക്ടറും ദുർമരണങ്ങൾ വിചാരണ ചെയ്യുന്ന ഉദ്യോഗസ്ഥനും വാതിലിൽ പ്രത്യക്ഷപ്പെട്ടു. മൂന്നുപേരും ഒന്നൊന്നായി കടന്നുവന്ന് മരിച്ചുകിടക്കുന്ന അദ്ധ്യാപകനെ നോക്കിയതിനുശേഷം കുവാൽഡായെ സംശയത്തോടെ നോക്കിക്കൊണ്ട് പുറത്തേക്ക് പോയി. പൊലീസ് ഇൻസ്പെക്ടർ അയാ ളോട് ചോദിക്കുന്നതുവരെ അവരെ ശ്രദ്ധിക്കാതെ അയാൾ അവിടെത്തന്നെ ഇരുന്നു.

"അയാൾ മരിച്ചതിന്റെ കാരണം എന്താണ്?"

"അയാളോട് ചോദിക്കൂ...അയാളുടെ വഴിവിട്ട ജീവിതരീതികൊണ്ട് ജീവിതം പെട്ടെന്ന് അവസാനിച്ചെന്നാണ് ഞാൻ വിചാരിക്കുന്നത്."

"എന്താണ് പറഞ്ഞത്?" വിചാരണ നടത്തുന്ന ഉദ്യോഗസ്ഥൻ ചോദിച്ചു.

"പതിവില്ലാത്ത ഒരു രോഗം പിടിപെട്ട് അയാൾ മരിച്ചെന്നാണ് ഞാൻ പറഞ്ഞത്."

"ശരി. അയാൾ വളരെക്കാലമായി സുഖമില്ലാതിരിക്കുകയാണോ?" വിചാരണ നടത്തുന്ന ഉദ്യോഗസ്ഥൻ ചോദിച്ചു.

"അയാളെ ഇവിടെ എടുത്തുകൊണ്ടു വരണം. എനിക്ക് അയാളെ വേണ്ടപോലെ കാണാൻ കഴിയുന്നില്ല." ഡോക്ടർ ദുഃഖത്തോടെ പറ ഞ്ഞു. "ഒരുപക്ഷേ, ചില ലക്ഷണങ്ങൾ കണ്ടിട്ട്...."

"അയാളെ പുറത്തേക്കു എടുത്തുകൊണ്ടു വരാൻ ആരോടെങ്കിലും പറയൂ." ഇൻസ്പെക്ടർ കുവാൽഡായോട് ആജ്ഞാപിച്ചു.

"നിങ്ങൾ നേരിട്ട് അവരോട് പറഞ്ഞാൽ മതി! അയാൾ എന്നോട് പറഞ്ഞിട്ടല്ല ഇവിടെവന്നത്.." ക്യാപ്റ്റൻ താല്പര്യമില്ലാതെ മറുപടി പറഞ്ഞു.

"ശരി!" ഇൻസ്പെക്ടർ ദേഷ്യപ്പെട്ട് അലറി.

"ഓ!" കുവാൽഡാ ഇരുന്നിടത്തു നിന്നനങ്ങാതെ പല്ലിറുമ്മിക്കൊണ്ട് മറുപടി പറഞ്ഞു.

"ഏത് ചെകുത്താനാടാ എടുത്തുകൊണ്ടുവരുന്നത്!" ഇൻസ്പെക്ടർ ഭ്രാന്തുപിടിച്ചവനെപ്പോലെ അലറി. രക്തം അയാളുടെ മുഖത്തേക്ക് ഇര

ച്ചുകയറി. "ഞാൻ നിന്നെക്കൊണ്ട് ഇതിന്റെ കണക്ക് പറയിക്കും! അത്
ഞാൻ തീരുമാനിച്ചു..."

കച്ചവടക്കാരൻ പെറ്റുനിക്കോവ് മനോഹരമായി പുഞ്ചിരിച്ചുകൊണ്ട്
ഉമ്മറപ്പടിയിൽ പ്രത്യക്ഷപ്പെട്ടു. "മാന്യന്മാർക്കെല്ലാം സുപ്രഭാതം!"
അയാൾ പറഞ്ഞു.

അയാൾ ചുറ്റുപാടും നോക്കി. വിറയലോടെ അയാൾ തൊപ്പി ഊരി
ക്കൊണ്ട് സ്വയം കുരിശുവരച്ചു. അപ്പോൾത്തന്നെ കൗശലവും ദ്രോഹചി
ന്തയും നിഴലിക്കുന്ന വിശാലമായ ഒരു പുഞ്ചിരി അയാളുടെ മുഖത്തു
കൂടി കടന്നു പോയി. ക്യാപ്റ്റനെ നോക്കിക്കൊണ്ട് അയാൾ ആദരവോടെ
അന്വേഷണം നടത്തി.

"എന്താണ് സംഭവിച്ചത്? ഇവിടെ കൊലപാതകം നടന്നോ?"

"അതെ, അതുപോലെ എന്തോ സംഭവിച്ചിട്ടുണ്ട്." വിചാരണ നട
ത്താൻ ചുമതലപ്പെട്ട ഉദ്യോഗസ്ഥൻ മറുപടി പറഞ്ഞു.

പെറ്റുനിക്കോവ് ആഴത്തിൽ നെടുവീർപ്പിട്ടു. വീണ്ടും കുരിശുവരച്ച
തിനുശേഷം അയാൾ വെറുപ്പോടെ പറഞ്ഞു.

"എന്റീശ്വരാ! ഞാൻ ഭയന്നതുപോലെ തന്നെ സംഭവിച്ചു. എന്നും
നിങ്ങളെ ഇവിടെ വരുത്തിക്കൊണ്ടാണ് ഇവിടെ കാര്യങ്ങൾ അവസാനി
ക്കുന്നത്... ഹോ! ദൈവം തന്നെ എല്ലാവരേയും രക്ഷിക്കണം. ഈ മനുഷ്യ
നോട് ഈ വീട് ഞാൻ വാടകയ്ക്ക് തരില്ലെന്ന് എത്രതവണ പറഞ്ഞെ
ന്നുള്ളതിന് കൈയും കണക്കും ഇല്ല. എന്നും ഇയാളാണ് വിജയിച്ചത്.
എനിക്ക് ഭയം ഉണ്ടായിരുന്നു... നിങ്ങൾക്ക് അറിയാമല്ലോ... ഇവർ മഹാ
വൃത്തികെട്ട മനുഷ്യരാണ്... ഇവർക്ക് ഇത് കൊടുക്കുന്നതാണ് നല്ലതെന്ന്
ഞാൻ വിചാരിച്ചു, അല്ലെങ്കിൽ ഒരുപക്ഷേ...."

അയാൾ കൈകൊണ്ട് മുഖം പൊത്തി താടിക്ക് പിടിച്ച് താഴോട്ട്
വലിച്ചു. അതിനുശേഷം വീണ്ടും ദീർഘനിശ്വാസം വിട്ടു.

"ഇവർ ഭയങ്കര അപകടകാരികളാണ്. ഈ മനുഷ്യനാണ് ഇവരുടെ
നേതാവ്... കൊള്ളക്കാരുടെ തലതൊട്ടപ്പൻ..."

"പക്ഷേ, നമ്മൾ ഇവനെ നന്നാക്കി എടുക്കും." പകയോടെ
ക്യാപ്റ്റനെ നോക്കിക്കൊണ്ട് ഇൻസ്പെക്ടർ വാക്കുകൊടുത്തു.

"ശരിയാണ്. ഞങ്ങൾ നിങ്ങളുടെ പഴയ കൂട്ടുകാരാണ്." കുവാൽഡാ
പരിചയമുള്ള രീതിയിൽ പറഞ്ഞു. "ശല്യം ചെയ്യാതിരിക്കാൻ എത്രപ്രാ
വശ്യം ഞാൻ നിങ്ങൾക്ക് പണം തന്നിരിക്കുന്നു?"

ഇൻസ്പെക്ടർ ഉറക്കെ പറഞ്ഞു. "ഇവൻ പറയുന്നത് നിങ്ങൾ
കേട്ടല്ലോ? എനിക്കുവേണ്ടി നിങ്ങൾ ഇതിന് സാക്ഷി പറയണം. ഓർത്തോ
ളൂ. എനിക്ക് നിന്നെക്കൊണ്ട് ഒരു ചെറിയ ജോലി ഉണ്ട്."

"മുട്ടവിരിയുന്നതിനുമുമ്പ് എന്റെ കൂട്ടുകാരൻ കോഴിക്കുഞ്ഞുങ്ങളുടെ
എണ്ണമെടുക്കരുത്." അരിസ്റ്റിഡ് ഫോമിച്ച് പറഞ്ഞു.

കണ്ണടവെച്ച ചെറുപ്പക്കാരൻ ഡോക്ടർ കൗതുകത്തോടെ അയാളെ
നോക്കി. കാഴ്ചയിൽ കുഴപ്പക്കാരനെന്ന് തോന്നിച്ച വിചാരണക്കാരൻ പെറ്റു

നിക്കോവിന് വിജയപ്രതീക്ഷ നല്കി. ഇതിനിടയിൽ കുവാൽഡായുടെ പുറത്തേക്ക് ചാടിവീഴാതിരിക്കാൻ ഇൻസ്പെക്ടർക്ക് കഴിഞ്ഞില്ല.

മാർട്യനോവിന്റെ ഇരുണ്ട രൂപം വീട്ടുവാതിലിൽ പ്രത്യക്ഷപ്പെട്ടു. അയാൾ ശബ്ദം ഉണ്ടാകാതെ അകത്തുകടന്ന് പെറ്റുനിക്കോവിന്റെ പിന്നിൽ നിന്നു. കച്ചവടക്കാരന്റെ തലയും മാർട്യനോവിന്റെ താടിയും ഒരേനിരപ്പിൽ ആയിരുന്നു. ശെമ്മാച്ചൻ ചുവന്നുവീർത്ത കണ്ണുകളുമായി അയാളുടെ പിന്നിൽനിന്നു.

"നമുക്ക് എന്തെങ്കിലും ചെയ്യാം" ഡോക്ടർ അഭിപ്രായം പറഞ്ഞു. മാർട്യനോവ് ഇഷ്ടപ്പെടാത്ത മട്ടിൽ പല്ലിളിച്ചു. എന്നിട്ട് പെട്ടെന്ന് അയാൾ പെറ്റുനിക്കോവിന്റെ തലയിലേക്ക് തുമ്മി. പെറ്റുനിക്കോവ് വിളിച്ചുകൂവി ക്കൊണ്ട് പെട്ടെന്ന് കുനിഞ്ഞ് ഒരുവശത്തേക്ക് ചാടി ഇൻസ്പെക്ടറെ ഇടിച്ചുവീഴ്ത്താൻ പാകത്തിൽ അയാളുടെ ദേഹത്തുതട്ടിക്കൊണ്ട് അയാ ളുടെ കൈകളിലേക്ക് വീണു.

"നിങ്ങൾ കണ്ടല്ലോ." ഭയന്നുപോയ പെറ്റുനിക്കോവ് മാർട്യനോവിനെ ചൂണ്ടിക്കൊണ്ട് പറഞ്ഞു. "ഇവർ എന്തുതരം മനുഷ്യരാണെന്ന് നിങ്ങൾക്ക് മനസ്സിലായല്ലോ?"

കുവാൽഡാ പൊട്ടിച്ചിരിച്ചു. ഡോക്ടറും വിചാരണക്കാരനും ചെറു തായി പുഞ്ചിരിച്ചു. വാടകവീടിന്റെ വാതിലിലെ രൂപങ്ങളുടെ എണ്ണം കൂട്ടി ക്കൊണ്ടിരുന്നു... ഡോക്ടറെയും വിചാരണക്കാരനെയും ഇൻസ്പെക്ട റെയും വെറുപ്പോടെ തുറിച്ചു നോക്കുന്ന ജ്വലിക്കുന്ന കണ്ണുകളും വീർത്ത മുഖങ്ങളും പാറിപ്പറക്കുന്ന തലമുടിയും ഉള്ള ഉറക്കച്ചെടവുള്ള രൂപങ്ങൾ.

"നിങ്ങൾ എവിടോട്ടാണ് പോകുന്നത്?" വാതിലിൽ കാവൽ നിന്നി രുന്ന പൊലീസുകാരൻ അവരുടെ കീറത്തുണികളിൽ കയറിപ്പിടിച്ച് പുറ ത്തേക്ക് തള്ളിമാറ്റിക്കൊണ്ട് ഉറക്കെ ചോദിച്ചു. പക്ഷേ, അയാൾ ഒരു ജന ക്കൂട്ടത്തെ ഒറ്റയ്ക്ക് എതിരിടുകയായിരുന്നു. അയാളെ വകവെക്കാതെ അവർ അകത്തുകടന്ന് വോഡ്ക്കയുടെ രൂക്ഷഗന്ധം പരത്തിക്കൊണ്ട് നിശ്ശ ബ്ദരായിനിന്നു. അത് ഭയാനകമായ കാഴ്ച ആയിരുന്നു.

കുവാൽഡാ അവരെ നോക്കിയതിനുശേഷം ഈ നാറുന്ന തുണി യിൽ പൊതിഞ്ഞ മനുഷ്യരുടെ നുഴഞ്ഞുകയറ്റം ഇഷ്ടപ്പെടാത്ത ഉദ്യോഗ സ്ഥരുടെ മുഖത്തുനോക്കി പുഞ്ചിരിച്ചുകൊണ്ടു പറഞ്ഞു. "ഒരുപക്ഷേ, എന്റെ കൂട്ടുകാരെയും താമസക്കാരെയും പരിചയപ്പെടാൻ നിങ്ങൾക്ക് താല്പര്യം കാണും. താല്പര്യം ഉണ്ടോ? താല്പര്യം ഉണ്ടെങ്കിലും ഇല്ലെ ങ്കിലും ഇപ്പോഴല്ലെങ്കിൽ അല്പം കഴിഞ്ഞിട്ടായാലും നിങ്ങൾക്ക് നിങ്ങ ളുടെ ജോലിക്കിടയിൽ ഇവരെ പരിചയപ്പെടുത്തേണ്ടിവരും."

ഡോക്ടർ പരിഭ്രമിച്ചമട്ടിൽ പുഞ്ചിരിച്ചു. വിചാരണക്കാരൻ ചുണ്ടു കൾ ഇറുക്കി അടച്ചു സ്ഥലം വിടാനുള്ള സമയമാണെന്ന് ഇൻസ്പെക്ടർ മനസ്സിലാക്കി. അതുകൊണ്ട് അയാൾ വിളിച്ചുകൂവി.

"സിഡ്റോവ്! വിസിൽ അടിക്ക്! അവരോട് ഒരു ഉന്തുവണ്ടികൊ ണ്ടുവരാൻ പറയൂ."

"ഞാൻ പോകാം." ഒരു മൂലയിൽനിന്നും മുന്നോട്ടുവന്നുകൊണ്ട് പെറ്റുനിക്കോവ് പറഞ്ഞു. "സാർ, ഇന്നുതന്നെ നിങ്ങൾ ഇത് കൊണ്ടു പോയാൽ കൂടുതൽ നന്നായിരിക്കും. ഈ നരകം എനിക്ക് പൊളിച്ചു കളയണമെന്നുണ്ട്. ഇറങ്ങിപ്പോയ്ക്കോള്ളണം! അല്ലെങ്കിലും ഞാൻ പൊലീസിൽ പരാതിപ്പെടാൻ ഇരിക്കുകയായിരുന്നു!"

പൊലീസുകാരന്റെ വിസിലടി മുറ്റം മുഴുവൻ പ്രതിധ്വനിച്ചു. വാടക വീടിന്റെ വാതിലിൽ അവിടുത്തെ താമസക്കാർ കോട്ടുവാ ഇട്ടുകൊണ്ട് കൂട്ടംകൂടിനിന്നു തിക്കിത്തിരക്കി.

"അപ്പോൾ നിങ്ങൾക്ക് പരിചയപ്പെടാൻ ആഗ്രഹം ഇല്ല. അത് മോശ മായിപ്പോയി." അരിസ്റ്റിഡ് ഫോമിച്ച് പൊട്ടിച്ചിരിച്ചു.

പെറ്റുനിക്കോവ് അയാളുടെ പോക്കറ്റിൽനിന്നും അഞ്ചു കോപ്പക്കിന്റെ രണ്ടുതുട്ടുകൾ പുറത്തെടുത്ത് മൃതദേഹത്തിന്റെ കാല്ക്കൽവെച്ച് സ്വയം കുരിശു വരച്ചു.

"ദൈവമേ കരുണ കാട്ടേണമേ... ഈ പാപിയുടെ ശവമടക്കിൽ..."

"എന്താണിത്!" ക്യാപ്റ്റൻ ഉറക്കെ വിളിച്ചുകൂവി. "ശവസംസ്കാര ത്തിന് നിങ്ങൾപണം കൊടുക്കുകയാണോ? നീചൻ, നിങ്ങൾ അത് തിരി ച്ചെടുക്കണമെന്ന് ഞാൻ പറയുന്നു! ഒരു സത്യസന്ധനായ മനുഷ്യന്റെ സംസ്കാരത്തിന് നിങ്ങൾ മോഷ്ടിച്ചെടുത്ത കോപ്പക്കുകൾ കൊടുക്കാൻ നിങ്ങൾക്ക് എങ്ങനെ ധൈര്യംവന്നു? ഞാൻ നിങ്ങളുടെ കാലിൽ പിടിച്ച് രണ്ടായി വലിച്ചുകീറും!"

"സാർ." ഭയന്നുപോയ പെറ്റുനിക്കോവ് ഇൻസ്പെക്ടറുടെ കൈമു ട്ടിൽ കയറിപ്പിടിച്ചുകൊണ്ട് നിലവിളിച്ചു. ഡോക്ടറും അന്വേഷണഉദ്യോ ഗസ്ഥനും ഒരു വശത്തേക്ക് ചാടി മാറി. ഇൻസ്പെക്ടർ അലറി.

"സിഡ്‌റോവ്, ഇവിടെ വരൂ."

'ഒരിക്കൽ മനുഷ്യരായിരുന്ന ഈ ജന്തുക്കളുടെ' തളർന്ന ശരീര ങ്ങൾക്ക് പുതുജീവൻ പകർന്നു കിട്ടിയപ്പോൾ അവർ താല്പര്യത്തോടെ കാര്യങ്ങൾ ശ്രദ്ധിച്ചുകൊണ്ട് നിരന്നുനിന്നു.

കുവാൽഡാ പെറ്റുനിക്കോവിന്റെ മുഖത്തേക്ക് കൈചൂണ്ടുന്നതിനോ ടൊപ്പം ഒരു കാട്ടുമൃഗത്തെപ്പോലെ കണ്ണുരുട്ടിക്കൊണ്ട് അലറാൻ തുടങ്ങി.

"കള്ളക്കഴുവേറി! എടുക്കെടൊ നിന്റെ പണം! പണം തിരിച്ചെടുക്കാനാണ് ഞാൻ പറയുന്നത്... അല്ലെങ്കിൽ നിന്റെ തൊണ്ടയിലേക്ക് ഞാൻ അത് കുത്തിയിറക്കും... നിന്റെ അഞ്ചുകോപ്പക്കിന്റെ തുട്ട് തിരിച്ചെടുത്തില്ലെ ങ്കിൽ!"

"ഇൻസ്പെക്ടർ സാർ, നിങ്ങളാണ് എന്റെ സാക്ഷി. ഈ നല്ല മനു ഷ്യരും എന്റെ സാക്ഷികളാണ്!"

"ഞങ്ങൾ നല്ല മനുഷ്യരല്ല!" ദേഷ്യംകൊണ്ട് വിറയ്ക്കുന്ന അബൈ ഡോക്കിന്റെ ശബ്ദം പറഞ്ഞു.

ഇൻസ്പെക്ടറുടെ വയറിനുള്ളിലേക്ക് കയറിപ്പോകാൻ ശ്രമിക്കുന്ന മട്ടിൽ അയാളുടെ മുന്നിൽ കുനിഞ്ഞുനിന്നിരുന്ന പെറ്റുനിക്കോവിന് ഒരു കൈകൊണ്ട് അയാൾ സംരക്ഷണം കൊടുത്തു. ക്ഷമനശിച്ച് മറ്റേകൈ കൊണ്ട് അയാൾ വിസിലടിച്ചു.

"എടാ വൃത്തികെട്ടവനേ! നിന്നെക്കൊണ്ട് ഞാൻ മരിച്ചവന്റെ കാലിൽ ഉമ്മവെപ്പിക്കും. നിനക്ക് അത് ഇഷ്ടപ്പെടില്ലേ?"

"കുവാൽഡാ പെറ്റുനിക്കോവിനെ ഒരു പൂച്ചയെ പൊക്കിയെടുക്കുന്നതുപോലെ കഴുത്തിൽപിടിച്ച് പൊക്കിയെടുത്ത് വാതിലിന്റെ നേർക്ക് വലിച്ചെറിഞ്ഞു.

കച്ചവടക്കാരന് നിലത്ത് വീഴാനുള്ള സൗകര്യം കൊടുത്തുകൊണ്ട് 'ഒരിക്കൽ മനുഷ്യരായിരുന്ന ജന്തുക്കൾ' പെട്ടെന്ന് നാലുവശത്തേക്കും ഒഴിഞ്ഞുമാറി.

"എന്നെക്കൊല്ലും! രക്ഷിക്കണേ...! എന്നെ ഇവർ കൊല്ലും."

അലറിവിളിച്ചുകൊണ്ട് അയാൾ അവരുടെ കാല്ക്കൽ വീണു. മാർത്യ നോവ് സാവധാനം കാലുകൾ ഉയർത്തി കച്ചവടക്കാരന്റെ തലയിൽ ശക്തി യായി ചവിട്ടി. അബൈഡോക് പല്ലിളിച്ചുകൊണ്ട് അയാളുടെ മുഖത്തേക്ക് തുപ്പി. കച്ചവടക്കാരൻ നാലുകാലിൽ ഇഴഞ്ഞ് മുറ്റത്തിറങ്ങി. നിലത്തുകി ടക്കുന്നതുകണ്ട് എല്ലാവരും ചിരിച്ചു. പക്ഷേ, ഇതിനിടയിൽ രണ്ട് പൊലീ സുകാർ വന്ന് ചേർന്നിരുന്നു. കുവാൽഡായെ ചൂണ്ടിക്കൊണ്ട് ഇൻസ്പെ ക്ടർ ഗൗരവത്തിൽ പറഞ്ഞു.

"അയാളെ വിലങ്ങുവെച്ച് കൈയും കാലും കെട്ടിയിട്!"

"നിങ്ങൾ പേടിക്കേണ്ട!.... ഞാൻ ഓടിപ്പോകില്ല.... എവിടെ വേണ മെങ്കിലും ഞാൻ വാരാം..." അയാളെ പിടിച്ചുവെച്ചിരുന്ന പൊലീസുകാ രിൽ നിന്ന് കുതറിമാറാൻ ശ്രമിച്ചുകൊണ്ട് കുവാൽഡാ പറഞ്ഞു.

'ഒരിക്കൽ മനുഷ്യരായിരുന്ന ജന്തുക്കൾ ഒന്നിനു പിറകെ ഒന്നായി അപ്രത്യക്ഷരായി. ഒരു ഉന്തുവണ്ടി മുറ്റത്തേക്ക് കടന്നുവന്നു. മുഷിഞ്ഞു നാറിയ വേഷം ധരിച്ച ആരോ ചിലർ ശവശരീരം പുറത്തേക്ക് എടുത്തു കൊണ്ടുവന്നു.

"ഞാൻ നിനക്ക് പഠിപ്പിച്ച് തരാം! അല്പസമയം കൂടി കാത്തു നില്ക്ക്!" ഇൻസ്പെക്ടർ കുവാൽഡായോട് ഗർജ്ജിച്ചു.

"സാർ, അവനെ കാത്തുനിർത്താതെ ഇപ്പോൾത്തന്നെ പഠിപ്പിക്ക രുതോ?" ശത്രു പൊലീസിന്റെ പിടിയിലായ സന്തോഷത്തിൽ പെറ്റുനി ക്കോവ് വിളിച്ചു ചോദിച്ചു. മനസ്സിലെ പകയുടെ ആവേശം മൂത്ത് അയാൾ കുവാൽഡായോട് ചോദിച്ചു.

"വിലങ്ങ് വെച്ചപ്പോൾ എങ്ങനെയുണ്ട്? നീ കുറച്ച് സമയം കൂടി കാത്തുനില്ക്ക്..."

പക്ഷേ, കുവാൽഡാ ഇപ്പോൾ നിശ്ശബ്ദനായിരുന്നു. അയാൾ അദ്ധ്യാ പകന്റെ ജഡം വണ്ടിയിലേക്ക് കയറ്റിവെക്കുന്നതും ശ്രദ്ധിച്ചുകൊണ്ട് പൊലീസുകാർക്കിടയിൽ നിശ്ശബ്ദനായി നിവർന്നു നിന്നു. ശവത്തിന്റെ തലഭാഗം പിടിച്ചിരുന്ന മനുഷ്യന് പൊക്കം വളരെ കുറവായിരുന്നു. കാലുകൾ വണ്ടിയിൽ കയറ്റിവെച്ചസമയത്തുതന്നെ തല വണ്ടിയിലേക്ക് ഉയർത്തി വെക്കാൻ അയാൾക്ക് കഴിഞ്ഞില്ല. ശവം അതിന്റെ സമാധാനം കെടു ത്തുന്ന ഈ വിഡ്ഢികളുടെ ഉപദ്രവത്തിൽനിന്ന് രക്ഷപ്പെട്ട് തറയിൽ വീണ് സ്വയം ഭൂമിക്കുള്ളിൽ ഒളിക്കാൻ ആഗ്രഹിക്കുന്നതുപോലെ നിമി ഷനേരത്തേക്ക് അന്തരീക്ഷത്തിൽ തൂങ്ങിക്കിടന്നു.